खुमासदार अत्रे

प्रा. श्याम भुर्के

मेहता पब्लिशिंग हाऊस

All rights reserved along with e-books & layout. No part of this publication may be reproduced, stored in a retrieval system or transmitted, in any form or by any means, without the prior written consent of the Publisher and the licence holder. Please contact us at **Mehta Publishing House,** 1941, Madiwale Colony, Sadashiv Peth, Pune 411030.
© +91 020-24476924 / 24460313
Email : info@mehtapublishinghouse.com
production@mehtapublishinghouse.com / sales@mehtapublishinghouse.com
Website : www.mehtapublishinghouse.com

◆ या पुस्तकातील लेखकाची मते, घटना, वर्णने ही त्या लेखकाची असून त्याच्याशी प्रकाशक सहमत असतीलच असे नाही.

KHUMASDAR ATRE by PROF. SHYAM BHURKE
खुमासदार अत्रे : प्रा. श्याम भुर्के / विनोदी ललित लेखसंग्रह
© प्रा. श्याम भुर्के
    गंगातारा, ९१७/७ गणेशवाडी, डेक्कन जिमखाना, पुणे ४११ ००४
    © 9422033500 / shyam@izeltech.com

प्रकाशक   : सुनील अनिल मेहता, मेहता पब्लिशिंग हाऊस,
             १९४१ सदाशिव पेठ, माडीवाले कॉलनी, पुणे – ३०.

मुखपृष्ठ व
आतील चित्रे : घन:श्याम देशमुख

प्रकाशनकाल : १५ ऑगस्ट, १९९७ / जानेवारी, २००२/
             मेहता पब्लिशिंग हाऊस यांची तिसरी आवृत्ती ऑगस्ट, २०१७

P Book ISBN 9789386745187
E Book ISBN 9789386745194
E Books available on : play.google.com/store/books
                      www.amazon.in

।। अत्र्यांचा नवयुग ।।

मी बँकेत नोकरीस असल्यामुळे माझी तीन वर्षांनी बदली होते. म्हणून खऱ्या अर्थाने मी भटक्या जमातीचा आहे. या भटकंतीमध्ये मी सोलापुरात तीन वर्षं आनंदाने राहिलो. सोलापुरात जे जे चांगले दिसले त्यावर 'मुक्काम पोस्ट सोलापूर' या सदराखाली दैनिक 'केसरी'मध्ये लिहिले.

एक दिवस माझे स्नेही मोरेश्वर जोशी हे काटकर नावाच्या गृहस्थांकडे घेऊन गेले. त्यांचे नाव जरी वा. ग. काटकर होते तरी त्यांना गोट्या काटकर म्हणत. त्यांचे वैशिष्ट्य म्हणजे आचार्य अत्र्यांचे साहित्य, पत्रव्यवहार असे सारे त्यांनी अगदी प्रेमाने जमवलेय. त्यांचे हे अत्रे प्रेम कळल्यावर अत्र्यांच्या कन्या शिरीष पै यांनी खास पत्र लिहून त्यांचे कौतुक केले. त्या म्हणतात, 'तुमचं वयमान अवघं पाऊणशे आहे. तुमचा इतका उत्साह पाहून असं वाटतं की अत्र्यांवरील तुमच्या प्रेमापुढं माझं वडिलांवरील प्रेम तोकडंच पडेल.'

'कऱ्हेचे पाणी' हे अत्र्यांचे आत्मचरित्र. संदर्भासाठी त्यांना 'नवयुग'चे जुने अंक हवे होते. ते त्यांना काटकरांकडूनच मिळाले. आचार्य अत्रे यांचा उमेदीच्या काळातला तरुणपणाचा फोटो इथे आहे. तसेच त्यांच्या सहीची आणि मजकुरांची पत्रे आहेत. 'नवयुग'चे दिवाळी अंक, अत्र्यांनी लिहिलेली सर्व नाटके असे विपुल 'अत्रे साहित्य' इथे एकत्र पाहायला मिळाले.

त्यांच्या परवानगीने मी 'नवयुग' अंकाचा गठ्ठा माझ्या घरी आणला. एकोणीसशे चाळीस सालापासूनचे ते अंक घरातील माझ्या टेबलावर ठेवलेले होते. वर्तमानपत्राचा कागद जुना असल्यानं अगदी जपून वापरत होतो. त्यातील वाचनीय भागाची टिपणे काढून ठेवत होतो. घरी येणारे-जाणारे टेबलवरचा गठ्ठा बघून 'हे काय आहे' असे विचारायचे. मी अभिमानाने आणि आनंदाने हे अत्र्यांचे चाळीस सालापासूनचे 'नवयुग'चे अंक आहेत असं सांगायचो. घरात चांगली फुलदाणी फुलांनी भरून दर्शनीय भागात ठेवावी तसेच हे अंक तिथे विराजमान झाले होते.

'नवयुग'चा एक एक अंक चाळायला लागल्यावर कितीतरी माहिती मिळायला लागली. पारतंत्र्यापासूनच्या काळात जो तो ब्रिटिशांना हाकलून लावण्यासाठी प्रेरित झाला होता. 'चले जाव' या दोन शब्दात प्रचंड सामर्थ्य होते. हे दोन शब्द म्हणजे साहित्याचा उत्कृष्ट नमुना होता. आचार्य अत्रे यांनी कोल्हापूरच्या राजाराम महाविद्यालयात जे जोशपूर्ण भाषण केले ते 'नवयुग'मध्ये वाचायला मिळाले.

ब्रिटिशांनी भारतीयांवर केलेल्या अत्याचाराचा समाचार 'नवयुगनं' घेतला. त्यांच्या विशिष्ट धोरणांची रेवडी उडविणारी व्यंगचित्रे प्रसिद्ध केली. व्यंगचित्रे हे 'नवयुग'चं खास वैशिष्ट्य. व्यंगचित्राला भाषेचे बंधन नसते. तिथे रेषा बोलतात. त्यामुळे अशिक्षित लोकसुद्धा नवयुगमध्ये डोकावत असत. बाळ ठाकरे यांच्या व्यंगचित्रातही एक सुबकता होती. त्यांच्या चित्रांनी नवयुगची खुमासदारी वाढविली. सरदार वल्लभभाई पटेल या पोलादी पुरुषाच्या स्वागतासाठी जनसागर कसा लोटला होता हे आज वाचताना त्या काळी भारावलेली जनता कशी होती याची कल्पना येते. कस्तुरबा गांधी यांच्या निधनानंतर आचार्य अत्रे यांनी पुण्याच्या मंडईमध्ये व्याख्यान दिले. त्याचा वृत्तान्त वाचताना मन देशप्रेमाने भरून येते. बेचाळीसचा स्वातंत्र्यलढा म्हणजे बिटिशांची मृत्युघंटाच होती. क्रांतिसिंह नाना पाटलांचे पत्री सरकार ब्रिटिशांना मदत करणाऱ्यांच्या छातीत धडकी भरवीत होते. हिंदुस्थानच्या फाळणीची वृत्तचित्रे, बॅरिस्टर जीना, पंडित जवाहरलाल नेहरू, महात्मा गांधी यांच्या संबंधीचे लिखाण 'नवयुग'मध्ये वाचताना त्या वेळचा काळ डोळ्यापुढे उभा राहतो.

स्वातंत्र्यवीर सावरकर हे हिंदू महासभावाले म्हणजे काँग्रेसच्या विरोधात असल्याने स्वातंत्र्यपूर्व काळात 'नवयुग'मध्ये त्यांचे विरुद्ध व त्यांची टर उडवायचा प्रयत्न केलेल लिखाण पानोपानी आढळते; परंतु अत्रे हे कायमचे शत्रुत्व बाळगणारे नव्हते. दीर्घ काळ काळ्या पाण्याची शिक्षा भोगून स्वातंत्र्यवीर सावरकर मायभूमीत परत आले तेव्हा पुण्याच्या एस. पी. कॉलेजवर त्यांचा भव्य सत्कार करण्यात आला. त्या सत्कार समारंभाचे पूर्ण पानभर वर्णन 'नवयुग' मध्ये आहे.

स्वातंत्र्यानंतर आचार्य अत्रे यांनी काँग्रेसवर सडकून टीका केली. संयुक्त महाराष्ट्र चळवळीमध्ये तर द्विभाषिक राज्याच्या कल्पनेविरुद्ध त्यांनी तोफ डागली. त्या काळात जास्तीत जास्त व्यंगचित्रे ही मोरारजी भाईंविरुद्ध काढली होती. मला आठवतं माझ्या वडिलांच्या सराफी दुकानाच्या आतील बाजूस सुवर्णकार काम करायला बसत. कामाला सुरुवात करण्यापूर्वी त्यांनी 'नवयुग' पाहायला हाती घेतला होता. साहित्यिक वाचन फारसे न करणारे सुवर्णकार 'नवयुग' मात्र अगदी उत्सुकतेने पाहत होते.

त्या अंकात एक पानभर आकाराचं व्यंगचित्र आलं होतं. संयुक्त महाराष्ट्र

भगवान श्रीकृष्णाच्या रूपात झाडावर बसला आहे. त्याने सर्व गोपींची वस्त्रे आपल्या ताब्यात ठेवली आहेत. या गोपी होत्या सारे मंत्री महोदय! ते लाजेने आपले अंग हाताने झाकायचा प्रयत्न करीत आहेत. राज्यकर्त्यांची दाखविलेली फजिती पाहून ते सारे कारागीर वाचक केवढ्यांदा मनमुराद हसत होते.

आणखी एका व्यंगचित्रात एका मंत्र्याची फजिती दाखवली होती. शिक्षणमंत्र्याला छडीचा मार बसतो आहे. बांधकाममंत्र्याला जनता बांधकामात बांधून टाकत आहे. हे पाहून पुन्हा वाचक एकदम खूश. जे काम भलामोठा लेख करणार नाही ते हे व्यंगचित्र साधून जायचं. सर्वसामान्य जनतेला महागाई, वस्तूंची टंचाई, सेवा मिळण्यातली दिरंगाई अशा अनेक गोष्टींचा त्रास होत असतो. हा त्रास होण्यास सरकार कारणीभूत आहे अशी जनतेची समजूत असते. सरकार म्हणजे मंत्रीगण हे समीकरण मनात पक्के बसलेले असते. अशा मंत्र्यांची व्यंगचित्रातून फजिती पाहून सर्वसाधारण वाचक स्वत:ला झालेल्या त्रासामुळे निर्माण झालेल्या असंतोषाला वाट करून देतो.

संयुक्त महाराष्ट्राच्या चळवळीत अत्र्यांची एकेका दिवसाला पंधरा-सोळा भाषणे झालीत. त्या चळवळीत त्यांनी स्वत:ला झोकून दिलं होतं. श्रीपाद अमृत डांगे, सेनापती बापट, एस. एम. जोशी यांच्या भाषणाचे वृत्तान्तही जोरदार आहेत. त्या काळी एक जण अत्र्यांना म्हणाले, 'तुम्ही फोनवर भेटत नाही तुमचा पत्ता काय?' तेव्हा अत्रे म्हणाले, 'सध्या माझा एकच पत्ता- संयुक्त महाराष्ट्र!' 'नवयुग' हे काही फक्त राजकारण गाजविणारे साप्ताहिक नव्हते. त्यामध्ये साहित्याचे फडही गाजले. अत्रे-माटे वाद हा तात्त्विक होता. पुढे तो मिटलाही. अत्रे-फडके वादात अत्रे 'नवयुग' मधून तर फडके 'झंकार' मधून आपली बाजू मांडत. पण अत्र्यांनी 'नवयुग'मध्ये फडक्यांची खिल्ली उडविण्याची एकही संधी सोडली नाही. दत्तू बांदेकरांचं लिखाण खुसखुशीत आहे. त्यांचा रविवारचा मोरावळा लोक चवीने वाचत. अत्रेसाहेब आता कोणता विषय हाताळणार आहेत याचा ते अंदाज घ्यायचे. साहेबांचा सूर काय आहे हे अजमावायचे आणि मग लिहायचे. साहेबांच्या सावलीत चालले तरी ते स्वतंत्र होते. साहित्यकार अनंत काणेकर जमदग्नी नावाने अग्रलेख लिहायचे. वस्त्रहरण, सिंहगर्जना ही सदरे लोकप्रिय झाली.

'नवयुग'च्या यशात कार्यकारी संपादक म्हणून अत्र्यांच्या कन्या शिरीष पै यांचाही वाटा मोठा आहे. त्यांनी लिखाणाशिवाय साहित्यविषयक संपादनाचे कार्यही केले आहे. त्यांना कथा, ललित, काव्य यामध्ये रुची असल्यामुळे 'नवयुग' हा भरपूर साहित्यिक झाला. लेखिका म्हणून त्यांचे नाव झाले. त्यांचा पाया नवयुग संपादनामध्ये तयार झाला असावा.

इतिहासकार न. र. फाटक यांनी मुंबईतील व्यक्तींचा परिचय करून दिलाय.

पाच

साहित्य संमेलने, कविता, चंद्रज्योती आणि भुईनळे सारखी विनोदी सदरे असे भरपूर वाचनीय लिखाण 'नवयुग'मध्ये आहे.

या 'नवयुग'नं अत्र्यांवरील अनेक पुस्तके तयार व्हायला मदत केली. कित्येक पुस्तकांचे उगमस्थान म्हणून 'नवयुग' आहे. 'अत्रे उवाच' हे अत्र्यांच्या खास सदरावरील पुस्तक आहे. 'कऱ्हेचे पाणी' या आत्मचरित्राला 'नवयुग'नं संदर्भ पुरवलेत. 'विनोदगाथा' या पुस्तकानं 'नवयुग'मधील विनोदी लेखाचे संकलन केलेय. 'नवयुग' विषयी आचार्य अत्रे म्हणत, 'नवयुग' म्हणजे केवळ माझा व्यवसाय नाही. 'नवयुग' हे एक जीवन आहे आणि म्हणूनच माझ्या जीवनातील अनेक हितसंबंधांशी 'नवयुग'चे नशीब जखडले आहे. 'नवयुग' जरी माझ्या हाताची नाडी असली तरी माझे हृदय साहित्यात आहे. डोके चित्रपटात आहे आणि पाय देशकारणाची वाट चालत आहेत. त्यामुळे माझे साहित्य, माझी नाटके, माझा चित्रपट व्यवसाय किंवा माझी देशसेवा यामधील माझ्या प्रगतीचा संसर्ग 'नवयुग'ला या ना त्या रीतीने बाधल्याशिवाय राहत नाही. माझ्या वैचारिक व्यक्तिमत्त्वाचे जे असे काही एक बरे-वाईट मिश्र कडबोळे तयार झालेले आहे त्याचे विचित्र वैशिष्ट्यपूर्ण आणि खमंग स्वरूप म्हणजेच 'नवयुग' असेही म्हणायला हरकत नाही.'

'नवयुग'मधील अत्र्यांच्या साहित्यावर जरी अनेक पुस्तके निघाली असली तरी त्यात अनेक नामवंत लेखकांचे वाचनीय साहित्य आहे. ती रद्दीतली रत्ने उजेडात आणावीत, आपल्याला भावलेले अत्र्यांचे लिखाणही एकत्र आणावे, म्हणून 'नवयुग'मधील खुमासदार लिखाण अत्रे भक्तांना पुन्हा पुस्तक रूपात वाचायला मिळावे म्हणून हा शब्द प्रपंच.

गुढी पाडव्याच्या शुभमुहुर्तावर आचार्य अत्रे यांच्या कन्या, सुप्रसिद्ध साहित्यिक शिरीष पै यांनी या पुस्तकाला प्रस्तावना लिहून दिली. त्या 'नवयुग'च्या कार्यकारी संपादिकाही होत्या. त्यांचे आशीर्वाद घेताना आपण अत्र्यांच्या घरात त्यांच्याच कन्येशी बोलू शकलो याचा खूप खूप आनंद झाला, प्रोत्साहन मिळाले.

- प्राचार्य श्याम भुर्के

।। शिरीष पै यांचा सोळा आणे आशीर्वाद ।।

प्रा. श्याम भुर्के यांच्याशी माझा परिचय झाला तो त्यांचे 'मुक्काम पोस्ट सोलापूर' हे पुस्तक वाचल्यानंतर. स्थळं, काही घटना यांच्या अचूक चित्रदर्शी वर्णनातून त्यांनी माझ्या डोळ्यांसमोर साक्षात सोलापूर -जे मी कधी पाहिलेलं नाही- उभं केलं. कुठच्याही व्यक्तीची वा स्थळाची माहिती देताना ती यथातथ्य देण्याकरिता जी मेहनत आणि जे संशोधन करावं लागते ते त्यांनी या पुस्तकातून पुरेपूर, मन:पूर्वक केलेलं होतं.

त्यानंतर हाती आलं त्यांचे 'खुमासदार' - ज्यातून त्यांनी आचार्य अत्रे यांच्या नवयुग साप्ताहिकांचे अंक वाचून त्यातला खुसखुशीत भाग निवडला आणि तो 'खुमासदार'मध्ये संग्रहित केला. 'खुमासदार'मध्ये आपल्याला भेटतात ते लेखक श्याम भुर्के नव्हेत, तर संग्राहक श्याम भुर्के. त्यातून ज्या संपादकाच्या साप्ताहिकामधून खुसखुशीत संग्रहित करावयाचे त्या संपादकाविषयी, आचार्य अत्र्यांविषयी त्यांच्या मनात नितांत आदर. शाळेत असल्यापासून आचार्य अत्रे यांच्या व्यक्तिमत्त्वाकडे आणि विशेषत: विनोदाकडे ते कुतूहलानं पाहत होते. तो समजून घेण्याचा प्रयत्न करीत होते. पुढं तरुण वयात अचानक सोलापूरच्या अत्रेप्रेमी काटकरांकडे १९४० ते १९६१ पर्यंतचे - जोवर 'नवयुग' साप्ताहिक अस्तित्वात होते तोपर्यंतचे- अंक त्यांच्या हातात आले. एखादी सोन्याची खाणच सापडावी असं त्यांना वाटलं. हे सारे अंक वाचून त्यांनी त्यातले त्यांच्या मनाला जे मौजेचे आणि मार्मिक वाटले ते वेचून

घेतले आणि त्याचा संग्रह 'खुमासदार अत्रे' या नावे आज ते प्रसिद्ध करीत आहेत.

यात आचार्य अत्र्यांच्या लेखणीनं प्रसवलेला स्फोटक मजकूर तर आहेच, पण दत्तू बांदेकरांचे मजेदार, विनोदी किस्से आणि वचनं आहेत. तसेच अन्य लेखकांनीही या पुस्तकात हजेरी लावलेली आहे. 'नवयुग'च्या वीस वर्षांच्या अमदानीत जे जे लेखकाच्या दृष्टिकोनातून - लक्षणीय लेखन 'नवयुग'मध्ये आले ते इथं वाचकांच्या भेटीला आले आहे. त्याची मांडणी खास श्याम भुर्केंच्या शैलीतून आहे. यात मजेदार जाहिरातीही संग्राहकानं वगळल्या नाहीत. 'खुमासदार' वाचताना आचार्य अत्रे यांच्या अष्टपैलू व्यक्तिमत्त्वाचा आणि निष्णात संपादनाचा प्रत्यय तर येतोच, पण महाराष्ट्रातील वीस वर्षांच्या महत्त्वाच्या घटनांचा एक चित्रपटच डोळ्यासमोरून सरकत जातो. नामवंत लेखकांच्या भेटीही या पुस्तकातून ओळीनं घडतात, त्याची विशेष मौज वाटते. श्याम भुर्के यांना उत्तम विनोददृष्टी असल्यामुळे त्यांनी जे जे संग्रहित केलं ते निश्चितच 'खुमासदार' आहे. 'खुमासदार' चे वाचन करताना त्यातील विविधतेनं मन थक्क होतं आणि क्षणभरही ते खाली ठेवावंसं वाटत नाही. हे या संग्रहाचे खरं यश.

'नवयुग' साप्ताहिकानं महाराष्ट्राच्या जीवनात एकमेवाद्वितीय स्थान सतत वीस वर्षे मिळवलं होतं. त्यांच्या यशात आचार्य अत्रे यांच्या लेखणीचा वाटा सिंहाचा होता यात शंकाच नाही. पण दत्तू बांदेकरांचा खुसखुशीत विनोद, श्री. बाळ ठाकरेंची व्यंगचित्रे आणि महाराष्ट्रामधले अनेक नामवंत लेखक 'नवयुग'मधूनच उदयाला आले. 'संयुक्त महाराष्ट्र आंदोलना'त तर 'नवयुग' साप्ताहिकानं जी कामगिरी केली ती अजोड होती. 'नवयुग' नंच मराठी वाचकाला वाचनाची आणि विनोदाची गोडी लावली. महाराष्ट्राचा सारा सामाजिक, राजकीय, साहित्यिक आणि सांस्कृतिक इतिहास म्हणजे 'नवयुग'. एखाद्या विस्तृत बहारदार उपवनातून मधमाशीनं हिंडून हिंडून मध गोळा करावा तसं 'नवयुग'चे वीस वर्षांचे असंख्य अंक बारकाईनं वाचून श्याम भुर्के यांनी यातून जो मधुसंचय केला त्याबद्दल त्यांचे कौतुक आणि अभिनंदन करावं तेवढं थोडंच. त्यांचे 'खुमासदार' ज्यांच्या ज्यांच्या हाती जाईल ते ते वाचक 'खुमासदार' नवयुगची थोडा काळ मेजवानी तर आस्वादतीलच, पण साक्षात आचार्य अत्र्यांच्या उत्साहवर्धक आणि प्रसन्नतेनं बहरलेल्या सहवासाचा आनंद ते लुटतील यात काय शंका?

- शिरीष पै

।। कोण सुंदर? स्त्री की चंद्र? ।।

कवी स्त्रीमुखाची तुलना चंद्रबिंबाच्या सौंदर्याशी साम्य भावाने करतात. काही कवींनी स्त्रीमुखाला धवलप्रभा बहाल केली, तर कोणी स्त्रीच्या गुलाबी गालावरील तिळाला चंद्राच्या लांछनचिन्हाची खुलावट दिली. चंद्रप्रभेच्या शीतलतेने तळमळणारा अंतरात्मा थंड पावतो, तर चंद्रमुखाच्या दर्शनाने साक्षात मदनही आग आग म्हणून थैमान घालू लागतो. चंद्रकिरणाने अथांग सागराच्या लाटांना उसळी येऊन त्या तिळभर उसंत न घेता वेड्याप्रमाणे नाचू लागतात. मुखचंद्राच्या दर्शनाने हृदय सागरही भरती येऊन प्रेमलहरी देहाच्या रेणूतून लास्य आणि हास्य करू लागतात. चंद्र नीलनभातील वा स्वर्गातील नंदादीप आहे, तर गृहिणीचे मुखबिंब हे आनंदी गृहातील अखंड ज्योतीचे प्रभामंदिर आहे. एक ना दोन! स्त्रीमुख व चंद्रमुख यांच्या हजारो कल्पनांमधून स्त्रीसौंदर्य फारफार तर चंद्रासारखे आहे असाच स्पष्ट ध्वनी निघतो.

परंतु आचार्य अत्रे यांनी 'अर्धांगी' या बोलपटात एक नितांतरम्य कल्पना चित्रित केली आहे. स्त्री सौंदर्याची तुलना चंद्राशी करताना आचार्य अत्रे म्हणतात—

'परमेश्वराने जग निर्माण केले, फुले निर्माण केली, चांदण्या केल्या, चंद्र केला आणि मग त्याच हाताने स्त्रीला निर्माण केली. तेव्हा सर्व देवादिकात मोठा वाद निर्माण झाला. स्त्री सुंदर की चंद्र सुंदर? हा वाद मिटविण्यासाठी परमेश्वराने एक मोठा सोन्याचा तराजू आणला. एका पारड्यात घातले स्त्रीला आणि दुसऱ्या पारड्यात घातले चंद्राला, अन् तराजू वर उचलला तो काय? चंद्राचं पारडं वर गेलं. तो राहिला आभाळात आणि स्त्री राहिली पृथ्वीतलावर!'

ही आचार्य अत्रे यांची कल्पनाशक्ती पाहिली की ते राम गणेश गडकरी यांचे पट्टशिष्य होते हे लक्षात यायला वेळ लागत नाही.

।। स्त्री म्हणजे रम्य काव्य ।।

सर्वांत सुंदर आणि आकर्षक असते ते दर्शनी भागात मांडले जाते. पुष्पगुच्छाची बांधणी करताना गुलाब पुष्प मध्यभागी ठेवून त्या गुच्छाचे सौंदर्य वाढविले जाते. खाण्याचा केक जरी तयार केला तरी त्याला सुशोभित करण्यासाठी दर्शनी भागावर मलईयुक्त फळांची पेरणी केली जाते. त्याचप्रमाणे जगातील सर्व सुंदर वस्तू निर्माण केल्यानंतर त्या सर्व निर्मितीवर कळस करण्यासाठी विधात्याने स्त्री निर्माण केली. स्त्रीवाचून पुरुषाचे जीवन पूर्ण होत नाही. चंद्राची शीतलता आणि सूर्याची उत्पादनशक्ती स्त्रियांच्या ठिकाणी एकवटली आहे. अमृताची अवीट गोडी आणि फुलांचे नाजूक सौंदर्य यांचे स्त्रियांच्या ठिकाणी मधुर मिलन झाले आहे.

स्त्री नसती तर इतर सर्व सुखांनी युक्त असा राजाचा प्रासाद जंगलासारखा वाटून स्त्रीचा सहवास लाभला तर जंगलात मनुष्य स्वर्गसुख अनुभवू शकतो. परमेश्वराच्या प्रतिभेने प्रसवलेले अत्यंत रम्य काव्य म्हणजे स्त्री!

स्त्री जातीला पुरुषांनी डोक्यावर धारण करणे जरुरी आहे. हेच तत्त्व लोकांच्या मनाला प्रत्यक्ष आचारांनी पटविण्यासाठी श्री शंकराने गंगामातेला डोक्यावर घेतले आहे; परंतु परमेश्वराने प्रत्यक्ष आचाराने दाखविलेली शिकवणही आम्ही पुरुषांनी पायदळी तुडवून स्त्रियांना 'पायाची दासी' बनविले आहे. आज आपल्या समाजात स्त्रियांची किती शोचनीय अवस्था आहे? त्यांच्या पूर्वेला रडके मूल असून, पश्चिमेला धुराची चूल आहे. दक्षिणेला खरकट्या भांड्यांचा समुद्र असून, उत्तरेला धुण्याच्या कापडांचा डोंगर आहे. येणेप्रमाणे चतुःसीमा असलेली आमच्या स्त्रियांची आजची गुलामगिरी नष्ट होणे जरुरीचे आहे.

।। विवाहाचे ध्येय काय?।।

'स्त्रियांचे प्रश्न' हा विषय केवळ आज चर्चिला जातो असे नाही. सव्वीस ते एकोणीसशे चाळीसच्या नवयुगमध्येही 'विवाहाचे अंतिम साध्य काय?' या विषयावरील गाजलेल्या चर्चेचा वृत्तान्त आहे. केवळ 'रांधा, वाढा आणि उष्टी काढा' हे तिचे कार्यक्षेत्र राहू नये. पुरुष वर्गाने मतप्रदर्शन करताना 'बुद्धीची भूक भागविणारीच अर्धांगी' हवी असे म्हटले आहे. पती-पत्नीमधील संवाद बौद्धिक पातळीवर व्हावेत.

'घराबाहेर' नाटकात आचार्य अत्र्यांचे जे वाक्य आहे ते आजही सुभाषित म्हणून वापरले जाते - 'स्त्रीचे सामर्थ्य तिच्या सौंदर्यात असून, पुरुषाचे सौंदर्य त्याच्या सामर्थ्यामध्ये आहे.' अशी साहित्यरुची असणाऱ्या संपादकाकडून त्याच दर्जाच्या साहित्याला नवयुगमध्ये स्थान मिळणे साहजिकच होते. स्त्री जीवनातील कटु सत्यही अनेक वेळा हसत खेळत वाचकांसमोर पोहोचविले आहे. जीवनातील दु:खे विनोदरूपी औषधांनी कमी करण्याचा प्रयत्न हा 'नवयुग'ने सातत्याने केला.

।। लखनौमध्ये आधुनिक स्वयंवर ।।

गरीब बापाची गरीब लेक. लग्नाच्या वयाची. पैसा नसताना लग्न कसे जमायचे? मुलगी मात्र दिसायला बरी होती. इतिहास कालात जशी लग्नासाठी स्वयंवरे होत, तसे हेही स्वयंवर झाले. आर्य समाज मंदिरात होतकरू, लग्नेच्छू युवक आले होते. मुलीने साऱ्या युवकांवरून नजर फिरवली. तिला बऱ्या वाटलेल्या तरुणाच्या गळ्यात तिने माळ घातली.

तो वर होता एक पोस्टमन.

त्यावर १२ मे, १९४०च्या 'नवयुग'मध्ये असलेली टिपणी अशी होती -

पोस्टमनशी लग्न केल्यामुळे वधूला आपल्या वल्लभास प्रेमपत्रिका पाठविण्यास आता दिडकीदेखील खर्च होणार नाही!

।। विवाह की गृह्यसंस्कार ।।

'प्रीती विवाह हे अजब कोडे आहे खरे. समाजात घडलेले काही विवाह पाहून लग्न म्हणजे मुदतीच्या तापाचे बेमुदत दुखणे आहे असे वाटू लागते. काही प्रेमविवाह कसे घडले याचा मला अजूनही उलगडा होत नाही.' असे आचार्य अत्रे यांनी 'अत्रे उवाच'मध्ये म्हटलंय - 'अशाच एका विवाहाची बातमी ऐकून प्रेम जसे आंधळे असते, तसेच पागलही असते असे म्हणावेसे वाटते. त्या विवाहातील नवरा मुलगा पस्तिशीची झुळूक लागलेला एक संगीत शिक्षक असून, वधूही एक पदवीधर तरुणी आहे. त्या गुरुदेवाची पहिली पत्नी हयात असून, त्या पराक्रमी पुरुषाला दोन मुलेही आहेत असे कळते. त्या संगीतलोलूप शिष्येला गुरुमाउली रागाचे शिक्षण देत असता तिच्या मनात अनुरागाचा उदय झाला. तालाचे शिक्षण चालू असताना तिचे मन बेताल झाले, सतारीच्या तारेबरोबरच तिच्या हृदयाची तार छेडली गेली आणि संसाराचे सुरेल संगीत वातावरणात येऊ लागले. जलतरंगाबरोबरच प्रणयतरंगाची ओळख झाली आणि हृदयातील अहोरात्र सलणारा प्रेमाचा कंटक तिला बेचैन करू लागल्यावर जीवनाचा मार्ग निष्कंटक करण्याच्या मार्गाला ती लागली. सत्यसृष्टीप्रमाणे प्रणयसृष्टीतही गुरुत्वाकर्षणाचा नियम आहे, हे या विवाहावरून आपोआप सिद्ध होते.

इतक्या प्रकारानंतर झालेला हा विवाह प्रेमविवाह नाही म्हणण्याची कोणाची छाती आहे?

विवाहाचे रूपांतर गृह्यसंस्कारात होण्याची शक्यता असल्यामुळे विवाहेच्छू तरुण-तरुणींनी आपल्यावर ओढवलेल्या प्रणयाच्या प्रसंगात अतिशय सावधगिरी बाळगणे फार अवश्य आहे. प्रेमाचे खेळ जरी घटकेचे असतात, असे घटकाभर धरून चालले तरी गाफीलपणे केलेल्या प्रणयाची अद्दल जन्मभर होण्यास हरकत नाही हे तरुण-तरुणींनी विसरू नये.

गृह्यसंस्काराच्या सदरात येणारे विवाह पाहून ईश्वर उभयतांच्या प्रेमविवाह आत्म्यास शांती देवो अशी मी मनातल्या मनात प्रार्थना करतो. 'अशा' विवाह क्षेत्रातील पराक्रमी स्त्री-पुरुषांना सरकारने खुशाल व्हिक्टोरिया क्रॉस द्यावेत, अशी माझी शिफारस आहे.'

।। ब्रह्मचाऱ्यावर कर ।।

राज्यकर्त्यांना अंदाजपत्रकाची जुळवणी करताना कर लादण्यासाठी नवी नवी क्षेत्रे शोधावी लागतात. विवाहित जोडपी ही विविध खर्चाखाली भरडली गेलेली असतात. 'एकटा जीव सदाशिव' अशा ब्रह्मचाऱ्यांना त्या मानाने खर्च कमी असतो. हा विचार जर्मनीमध्ये केलेला आढळतो. महायुद्धाच्या काळात नव्या कराच्या यादीत 'ब्रह्मचाऱ्यावर कर' लादण्याची कल्पना पुढे आली.

त्याबाबत खुलासा मागताना हिटलरने विचारले, 'जनतेला हा कर झेपेल का?'

त्यावर एका अविवाहित नागरिकाने विनंती केली,

'तंगीच्या काळात कच्च्या मालावर जकात बसवू नये.'

।। अल्पसंतोषी नवरदेव ।।

'स्त्री' या एकाच विषयाने किती प्रकारच्या साहित्याला खाद्य पुरविले आहे. कारुण्यरसापासून ते हास्यरसापर्यंत सारे एका स्त्रीच्या जन्मापासून ते मृत्यूपर्यंतच्या विविध क्षणांना चिंब करीत असतात.

सध्या वृत्तपत्रातील 'वधू-वर पाहिजे' अशा जाहिरातीतील 'अमेरिकेहून आजच येतोय', '...... चालेलशी' अशा मजकुराने करमणूक होत असते. तोच प्रकार पन्नास वर्षांपूर्वीही होता. 'केसरी' पत्रातील जाहिरात नमूद करून 'नवयुग'मध्ये 'केसरी'लाही चिमटा काढलाय.

वधू पाहिजे - सशक्त, सुस्वरूप, आज्ञाधारक, वय १५ ते २४, एम. ए., एलएल. बी. असली तरी चालेल.

वराची माहिती - कोकणस्थ, वय ३४, पगार १००, प्रथम पत्नी, दोन मुलगे, एक मुलगी हयात. मिरजेला लहान घर, एफ. वाय. आर्ट्स.

यावर 'नवयुग'ची टिप्पणी पाहा.

'केसरी' पत्रातील वरील जाहिरात पाहून माझ्या काही मित्रांना धक्का बसला, तरी मला मात्र या पुरोगामी, प्रामाणिक आणि अल्पसंतोषी नवरदेवाबद्दल आदर वाटू लागला. हा पतीदेव स्वत: जरी एफ. वाय. पास असला तरी एम. ए., एलएल.बी. पत्नी त्याला चाऽऽलेऽऽल हे पाहून तर त्याच्या औदार्याचे कौतुक वाटू लागले. मिरजेस लहान घर, पतीला अक्षरश: शेकडो रुपये पगार, एक सवत, सोन्यासारखी तीन मुले! सुखाच्या संसारासाठी यापेक्षा आणखी काय हवं!

खुमासदार अत्रे । ५

जाहिरातीच्या मागच्या मार्गाने मधून मधून 'केसरी' पत्रात येणारा विनोद पाहिला म्हणजे गायकवाड वाड्याबद्दल माझा आदर शतगुणित होतो. 'केसरी'ला विनोदाचे वावडे आहे, असे म्हणण्याची कुणाची प्राज्ञा आहे?

।। तिघे कोण ।।

एका तरुणीने आपला हात वेगवेगळ्या वेळी तीन पुरुषांच्या हातात दिला. एकदा तिचा चेहरा हसरा दिसला. दुसऱ्या वेळी काळजीयुक्त दिसला, तर तिसऱ्या वेळी रडवेला झाला.

तर हे तिघे कोण असावेत?

उत्तर - अनुक्रमे नवरा, डॉक्टर व कासार

तीन जणांनी तरुणीची चुंबने घेतली. त्या वेळी कधी कधी ती रडे, तर कधी रागवे, कधी कधी लाजेही! तर या चुंबन घेणाऱ्या व्यक्ती कोण असाव्यात?

उत्तर - अनुक्रमे आई, मैत्रीण आणि नवरा

स्त्रीविषयक साहित्याला 'नवयुग'ने एवढा स्पर्श केलाय की अंकाचे कागद, वर्तमानपत्र किंवा साप्ताहिक म्हणून रद्दीत टाकावे कोणाला वाटणारच नाही. एक साहित्यठेवा म्हणून ते जतनच करावेत. वर उल्लेख केला तो झाला नुसता नमुना. साऱ्या फळाची चव घ्यायला सारेच अंक चाळायला हवेत.

।। शहाण्याचा कांदा लेखक ।।

बोलपटाच्या यशस्वितेसाठी चांगल्या लेखकाची जरुरी असते. हे विशद करताना एक्केचाळीस सालच्या 'नवयुग'मध्ये आचार्य अत्रे म्हणतात -

हिंदी बोलपटामध्ये दिग्दर्शन, चित्रण, ध्वनिलेखन आणि संगीत याचे तंत्र पुष्कळच सुधारले आहे. तथापि कथालेखनाच्या दृष्टीने हिंदी बोलपट अद्यापी मागासलेले आहेत.

दिग्दर्शकाचे म्हणणे असे की, पडद्यावरची गोष्ट लिहिणे हे शास्त्र स्वतंत्र आहे. ते फक्त तो स्वत:च जाणू शकतो. ते काही वाङ्मय नाही, तेव्हा बोलपट कथा लिहिण्यास सामान्य साहित्यिक हा नालायक आहे. म्हणून दिग्दर्शक स्वत:च गोष्टी लिहीत असे. संवादामध्ये 'भाषासौंदर्य' म्हणून काही असू शकते हे या अडाणी दिग्दर्शकाच्या गावीही नव्हते. फक्त पदाच्या वेळेला मात्र दिग्दर्शकाची पंचाइत उडे. बोलपटसृष्टीत साहित्यिक जो शिरला तो कवी या नात्याने! नंतर असे झाले की, गोष्ट एकाने लिहायची, संवाद दुसऱ्याने लिहायचे आणि गाणी तिसऱ्याने करायची, असा वाङ्मयाचा त्रिफळा बोलपटसृष्टीत खूप दिवसपर्यंत चालू होता. एकाने गर्भधारणा करायची, दुसऱ्याने बाळंतपण करायचे आणि तिसऱ्याने मुलाला दूध पाजायचे असला बेअकलीपणाचा जमाना अगदी अलीकडे, म्हणजे 'आदमी' बोलपटापर्यंत चालू होता.

लेखकाचे स्थान दिग्दर्शकाइतकेच किंबहुना कांकणभर अधिकच महत्त्वाचे आहे, ही जाणीव बोलपट निर्मात्यांना ज्या दिवशी येईल तो सुदिन!

आजच्या घटकेला तरी वाङ्मयाच्या आणि लेखनकलेच्या दृष्टीने काही बोलपटातून जे भयंकर प्रसंग चितारलेले दिसतात ते पाहून आपल्या प्रेक्षकांचे हाल झाल्याविना राहत नाहीत. 'शादी' या बोलपटात काही प्रसंग इतके हास्यास्पद आहेत की काही सांगता सोय नाही. नायक हा जन्मापासून एका हाताने लुळा आहे. याच्याशी सुंदर नायिकेने आपणहून लग्न केले. का, तर दोघांच्या वडिलांनी ही लहानपणी सोयरिक ठरविली होती. वडिलांनी पुढे आपले मत बदलले, पण बापाची अब्रू सांभाळण्यासाठी मुलीने हा लुळा-पांगळा नवरा आपण होऊन स्वीकारला. या नवऱ्याला ढकलगाडीत घालून ही त्याची आर्यपत्नी त्याला हिमालयात घेऊन जाते. तेथे हिमालयावर हे दोघे हॉटेल उघडतात आणि लाखो रुपये मिळवतात. बर्फाच्या वादळात हा नायक सापडतो व बर्फाच्या ढिगात पुरला जातो. त्यामुळे त्याचे लुळेपण एकदम नाहीसे होते. पुढे नायक व्यसनी होतो व आपल्या मेहुणीशी लग्न लावू पाहतो. शेवटी लोक त्याला जोड्याने मारतात. तेव्हा नायकाचा हृदयपालट होतो व शेवट गोड होतो. ही गोष्ट ऐकून आम्हाला

खुमासदार अत्रे । ७

हसावे की रडावे हे कळत नाही. या गोष्टीतल्या उपनायकाने तर बेकारीचा प्रश्न सोडविण्यासाठी एका वाघाचा उपयोग केला आहे. हा पठ्ठ्या वाघ घेऊन एका कचेरीत जातो. तेथील सारे कारकून घाबरून पसार होतात आणि उपनायकाला आपोआप नोकरी मिळते. कोणत्या शहाण्याच्या कांद्याने ही कल्पना कल्पिलेली आहे हे कळत नाही. याचे कारण म्हणजे जातिवंत लेखकाचा पटकथा लेखनातील अभाव हे होय.

।। पटपंडित ।।

सिनेमा जाहिरातदार, युद्धपट, हास्यपट, लग्नपट, संतपट, जगतपट असे पटापट पट मांडून पटपंडित या नात्याने हुल्लड उडवितो. अगदीच टाकाऊ व गचाळ बोलपटाला 'शेळपट' हे नाव जाहिरातीत शोभून दिसेल. 'जगतपट', 'ब्रह्मांडपट' अशा अर्थशून्य लटपटांपेक्षा 'शेळपट' मध्ये खात्रीने अर्थ आहे.

जो बोलपट काढल्यामुळे कंपनीचं 'तळपट' झाले अशा बोलपटाला तळपट म्हणणे रास्त होईल. जो बोलपट कितीही जाहिराती करून चालत नाही, त्याला गोणपट म्हणू नये तर काय म्हणावे? जो बोलपट पाहताना प्रेक्षकांना झोप येते त्याला निद्रापट म्हणू नये काय! ज्या बोलपटात संपूर्ण गाढवपणा आहे, त्याला गाढवपट आणि जो बोलपट अगदीच टीनपाट आहे त्याला टीनपट म्हटले तर ते जाहिरात शास्त्राला धरूनच होईल!

कर्ज काढून काढलेल्या चित्रपटाला कर्जपट असे म्हणता येईल. तसेच अनेक लटपटी खटपटीने काढलेल्या बोलपटाला खटपट असे म्हणता येईल. जाहिरात खर्चच जास्त असल्यास दसपट मूर्खपणाशिवाय काहीही नाही म्हणून मूर्खपट, काहीच बोध होत नसल्यास शून्यपटही म्हणता येईल.

घाईने काढलेला 'झटपट', दिवाळे वाजविणारा 'बुडीतपट', शंभर आठवडे चालविणारा 'दीर्घपट', न चालणारा 'क्षणपट', विनोदाने भरलेला 'हास्यपट', त्याविरुद्ध असलेला 'रडपट', दर्यावदी बोलपटावर 'सागरपट' तर कवडीकिमतीचा 'कवडीपट' असे नामकरण होऊ शकेल. बालकवी वासंतीचा 'बालपट', पागनीस किंवा बालगंधर्वांचा 'वृद्धपट', वाङ्मयचौर्य करून काढलेला 'चोरपट', शहरी जीवनावर आधारित 'शहरपट', खेडवळ जीवनावर आधारित 'ग्रामपट', अरण्यातील पार्श्वभूमीवर 'जंगलपट', हाणामारी असलेला 'स्टंटपट' किंवा 'उड्डाणपट', लिंगविषयक बोलपटाला 'लिंगपट', दारूबंदीवरील 'मद्यपट', कंपनीमधून भागीदार फुटून काढलेला

'फूटपट', दरिद्री असा 'क्षुद्रपट' आणि ज्या बोलपटाची प्रेक्षक रेवडी उडवितात त्याला 'रेवडीपट' असे म्हणणे योग्य होईल! असे खुसखुशीत वर्णन 'नवटाकाच्या फेकी' या सदरात तळिराम या टोपणनावाने केलंय.

सिनेमा हा विषयच माणसाच्या आयुष्यातला आनंद निर्माण करणारा म्हणूनच साऱ्यांना हवाहवासा वाटणारा. लहानपणी आम्ही मित्रमंडळी सातारा येथे चित्रपटगृहाकडे सहज म्हणून फिरायला जायचो. मोठमोठाली सिनेमाची पोस्टर्स अगदी डोळे भरून पाहायचो. तिथल्या पानपट्टीवाल्याच्या दुकानाजवळ उभं राहून एक एक आण्याला मिळणाऱ्या पद्यावल्या पाहायचो.

आताही 'नवयुग'मध्ये अनेक जुन्या चित्रपटांच्या बातम्या आणि जाहिराती वाचताना वेळ कसा गेला कळलेच नाही.

।। दामुअण्णा मालवणकर ।।

आपल्या डोळ्यात व्यंग आहे म्हणून दामुअण्णा कपाळाला हात लावून मान खाली घालून कधी बसले नाहीत. आपल्या व्यंगाचा विनोदासाठी वापर करून त्यांनी तमाम मराठी जनतेला चित्रपटाच्या माध्यमातून पोट धरधरून हसायला लावले. त्यांच्या लोकप्रियतेचा फायदा घेण्यासाठी त्यांच्या अभिनयाचे वर्णन करून 'लग्न पहावं करून' या चित्रपटाची जाहिरात 'नवयुग'मध्ये झळकली.

ऐकून किंवा वाचून नावा
खुशी लाभते अधीर जीवा
हसू येई समोर दिसता
हास्य नावरे चाल देखता
अविर्भाव टाळ्या घेती
हास्य सागरा येती भरती
शब्द उमटता तोंडून त्यांच्या
उसळती लाटा हास्यभरतीच्या
कोण? म्हणोती कराल प्रश्न
उत्तर एकच, 'दामुअण्णा'

या जाहिरातीतील कौतुकाला पुढील जाहिरातीत दामुअण्णांनी विनयाने प्रतिसाद दिलाय.

उत्तर एकच खरे असे तरि
उत्तर आमुचे ऐकून घ्या परि,

आम्ही म्हणतो प्रभू कृपेने
लाभली आम्हा व्यस्त लोचने
झाल्याला ती कारण होती
तरी न तुम्हा पडो विस्मृती

हा चित्रपट चि. वि. जोशींच्या 'चिमणराव' या कथेवर निघाला होता. दिग्दर्शक होते मास्टर विनायक आणि कथा संवाद लिहिले होते वि. स. खांडेकर यांनी.

।। चार्ली चॅप्लीन हिटलरच्या भूमिकेत ।।

इ. स. १८८९ साली एप्रिल महिन्यात एकाच आठवड्यात चार्ली चॅप्लीन व हिटलर या दोहोंचा जन्म झाला. दोघेही अशक्त, निस्तेज व नाजूक होते. दोघांचाही जन्म दरिद्री कुटुंबात झाला. लंडनच्या एका भिकार वस्तीत जुने कपडे व फाटके बूट घालून विचार करीत चॅप्लीन पडलेला असे. तर हिटलर व्हिएन्नाममध्ये थंडीने कुडकुडत ऊब घेण्यासाठी पाव-बिस्किटाच्या बेकरीत आसरा घेत असे. रस्त्यात भटकणारे चोर-मवाली हे त्याचे दोस्त होते. दोघांमध्ये साम्य नसलेली गोष्ट म्हणजे हिटलर हा ब्रह्मचारी होता, तर चार्ली चॅप्लीनला तीन बायका होत्या.

'डिक्टेटर' या बोलपटात चार्लीने हिटलरचा वेष, आवेश आणि त्याच्या हालचालींची बेमालूम नक्कल केली आहे. चार्लीची चेहरेपट्टी हिटलरशी बरीच

जुळणारी होती. मिशा तर अगदी शंभर टक्के जुळणाऱ्या. अशा तऱ्हेच्या मिशा आपण प्रथमच वापरल्या असे चार्ली म्हणतो; परंतु हिटलर हा हक्क त्याच्याकडे घेतो. तत्कालीन राजकीय पार्श्वभूमीवर या बोलपटाला चांगलाच उठाव आला आणि भावही वाढला.

।। नूतनला अडविले! ।।

नूतन ही वंशपरंपरेने चित्रपट नटी आहे. तिची आई शोभना समर्थ नटी, निर्माती व दिग्दर्शिका म्हणून प्रसिद्ध आहे. शोभनाच्या आई श्रीमती शिलोत्री यांनीही एकदा मराठी बोलपटात भूमिका केली आहे.

नूतनचे वडील कुमारसेन समर्थ हे एक चांगले चित्रपट दिग्दर्शक आहेत. नूतनची धाकटी बहीण तनुजा हिने 'छबिली' चित्रपटात काम करून चित्रपटसृष्टीत पदार्पण केले.

नूतनने प्रथम चित्रपटात काम केले ते एकोणीसशे पन्नासमध्ये, शोभना समर्थ यांच्या 'हमारी बेटी' या बोलपटातून. नूतनचा दुसरा बोलपट 'नगीना' हा यशस्वी झाला. हा बोलपट फक्त प्रौढांसाठी होता. त्यामुळे नूतनला थिएटरमध्ये जाताना अडविले!

या दहा वर्षांत तिने तीस बोलपटात भूमिका केल्या. 'सीमा' या चित्रपटामुळे ती पुढेही भूमिका मिळवत गेली. ती रूपसुंदर नटी नव्हे, पण यौवनाने तिला साथ दिली आहे. उंच व मजबूत बांध्याची नूतन अभिनयातील साहजिकतेमुळे नि समरसतेमुळे कुठलीही भूमिका सजीव करू शकते. संवादाच्या साहाय्याविना केवळ चेहऱ्यावरील बारीक सारीक भावछटा सुस्पष्ट दाखवून मनातील भाव प्रेक्षकांना सांगणाऱ्या ज्या मोजक्या नट्या भारतात आहेत त्यात नूतनची गणना होते.

।। टपोऱ्या डोळ्याची हसरी नटी माला सिन्हा ।।

'कलेच्या परिसरात' या सदरात र. गो. सरदेसाई यांनी दिलेली माला सिन्हाची माहिती उद्‌बोधक आहे. तिचा जन्म ११ नोव्हेंबर १९३६ रोजी दार्जिलिंग येथे झाला. तिचे वडील अल्बर्ट सिन्हा हे नेपाळमधील ख्रिश्चन होते. त्यांनी १९३८ मध्ये कोलकता येथे स्थलांतर केले. बालपणी माला सिन्हा 'मेरे छोटेसे मन मे छोटीसी दुनिया' हे गीत गुणगुणायची. तिचे शिक्षण मॅट्रिकपर्यंत झाले. तिच्या

खुमासदार अत्रे । ११

इच्छेप्रमाणे ती वैद्यकीय शिक्षण घेऊ शकली नाही. तिचा पहिला चित्रपट 'जगवियोग' हा बंगाली होता. 'बादशहा' हा तिचा पहिला हिंदी बोलपट. सन १९६१ पर्यंत तिने ९० चित्रपटांत कामे केली. अन्य चित्रपटतारकांपेक्षा तिचे खास वैशिष्ट्य म्हणजे तिचे टपोरे डोळे आणि सदाबहार हसरे व्यक्तिमत्त्व!

।। संध्येचा सिंहाशी सामना ।।

हिमालयाच्या पायथ्याशी 'स्त्री' या चित्रपटाचे चित्रीकरण चालू होते. दिग्दर्शक होते व्ही. शांताराम. त्या चित्रपटात स्त्री हिमालयाच्या पायथ्याशी वस्ती करत असलेल्या सिंहाबरोबर राहायचे ठरविते असे कथानक आहे. आपला भावी पुत्र वनराजांच्या संगतीत जन्मावा म्हणून ती वनराजांच्या सहवासात राहते. आपल्या मुलाने पुढे राजांचा राजा व्हावे ही तिची इच्छा असते. चित्रपटात असे दाखवायचे असते की वनराज त्या स्त्रीवर हल्ला करतात. ती त्यांचे आव्हान स्वीकारते आणि अखेरीस यश मिळविते.

या चित्रपटाचे चित्रीकरण करायचे म्हणजे सिंहाशी दोन हात करणारी स्त्री हवी. यासाठी दुसरी स्त्री मिळाली नाही. सिनेमात काम करणारा कोणी पुरुषही मिळाला नाही. शेवटी नायिका संध्या हिनेच तयारी दाखविली. मनाचा निर्धार केला.

बारा वनराज चित्रीकरणाच्या वेळी आणलेले होते. छायाचित्रकार पिंजऱ्यात उभे राहत. सात दिवस शूटिंग चालले होते. तीन-चार वेळा संध्येच्या जिवावर बेतले. त्या प्रसंगात लहानशी चूकही महाग पडली असती. तिने अत्यंत धैर्याने व कुशलतेने काम केले. ते पाहून ज्यांनी हे सिंह आणले होते ते नारायणराव वालावलकर स्तिमितच झाले. उत्कृष्ट कामगिरीबद्दल व्ही. शांताराम यांनी तिचे अभिनंदन केले.

।। 'गदिमां'नी लाच दिली ।।

सुप्रसिद्ध पद्यलेखक, प्रथितयश कथाकार आणि साहित्यिक व नाणावलेले नट श्री. ग. दि. माडगूळकर यांनी लाच दिल्याचे वृत्त पुण्यात प्रसिद्ध झाले आहे आणि तीसुद्धा एका अंमलदाराला! पण मागाहून असे उघडकीस आले की ज्या इसमाला त्यांनी लाच दिली तो खरा अंमलदार नसून खोटाच आहे. लाच देणे व घेणे हे दोन्ही प्रकार गुन्हा या सदरात मोडले जातात. या सर्व भानगडीमध्ये ग. दि. माडगूळकर, पु. ल. देशपांडे, के. नारायण काळे, पु. भा. भावे ही सर्व मंडळी असून त्यांनी

कोणाला लाच दिली? का दिली? कशा प्रकारे दिली? आणि त्याचा काय परिणाम झाला, याचा सर्व इतिहास मंगल पिक्चर्सच्या 'अंमलदार' या बोलपटात पाहून तुमची भरपूर करमणूक होईल.

।। महात्मा फुले चित्रपटात गाडगे महाराज ।।

एक चांगले चरित्र लोकांच्या पुढे यावे या भावनेने अत्र्यांनी महात्मा जोतिबा फुले यांच्या जीवनावरील चित्रपट काढला. चित्रपटामध्ये चांगल्या कलाकारांबरोबरच महनीय अशा थोर विभूतींचे सहकार्य घेतले. शुक्रवार, दिनांक ५ ऑक्टोबर, १९५४ रोजी पुण्याच्या प्रभात स्टुडिओमध्ये श्री गाडगे महाराजांचे चित्रीकरण करण्यात आले. संत गाडगे महाराज कीर्तन करीत आहेत, असा तो देखावा होता. स्वत: आचार्य अत्रे चित्रीकरणाच्या वेळी मार्गदर्शन करीत होते.

महर्षी धोंडो केशव कर्वे यांचे त्या वेळी वय ९७ होते. त्यांचेही चित्रपटासाठी चित्रीकरण करण्यात आले.

या चित्रपटात कर्मवीर भाऊराव पाटील, बाबूराव जगताप, केशवराव जेधे, विठ्ठलराव घाटे, दीनबंधूकर्ते डॉ. नवले, प्रबोधनकार ठाकरे यांनीही कामे केली. एवढ्या महान विभूती ज्यांना एकएकट्यालाही भेटायला हजारो लोक जमत, त्या सर्वांना एका चित्रपटात आणण्याचं महान कार्य आचार्य अत्रेच करू जाणोत.

अत्र्यांना नातू झाला म्हणून चित्रीकरणाच्या ठिकाणी त्यांनी सर्व उपस्थितांना पेढे वाटले.

एवढ्या जंगी तयारीनिशी काढलेला हा चित्रपट मात्र तेवढासा चालला नाही. त्यावर अत्रे म्हणाले, 'अस्पृश्यतेबद्दल चित्रपट काढला म्हणून सवर्णांनी तो पाहिला नाही आणि सवर्णाने काढला म्हणून हरिजनांनी तो पाहिला नाही.'

।। 'पुलं'चे व्याख्यान ।।

विलेपार्ले येथे टिळक मंदिराच्या पटांगणात प्रा. कृ. पां. कुलकर्णी यांच्या अध्यक्षतेखाली आचार्य अत्रे यांच्या 'श्यामची आई' या चित्रपटास राष्ट्रपती पुरस्कार मिळाल्याबद्दल सत्कार करण्यात आला. तेव्हा प्रा. पु. ल. देशपांडे यांचे मिठ्ठास भाषण झाले -

'आज मला अत्र्यांचा गौरव करायचा नाही. कारण त्यांचा गौरव करण्याइतका लौकिक मला लाभलेला नाही. अत्र्यांना प्रत्येक क्षेत्रात मी गुरू मानत आलो आहे. लेखनक्षेत्रात म्हणा, सिनेमा क्षेत्रात म्हणा, विनोदाबाबत म्हणा, नाटके म्हणा, सगळ्या क्षेत्रात ते माझे गुरू आहेत. त्यांचा आदर्श मी पुढे ठेवलेला आहे. तेव्हा शिष्याने गुरूचा गौरव करावा हे तितकेसे प्रशस्त नाही. आपल्या मराठी साहित्यातील साहित्यिक एकमेकांबद्दल कधी चांगलं बोलत नाहीत. तोंडावर ते चांगलं बोलतात मागाहून मात्र टिंगल करतात. तर ही अशा प्रकारची माणसे, आज आपण पाहतो तशी माणसे आचार्य अत्रे आणि प्रा. कुलकर्णी ही नाहीत. दोघांचा एक मोठा गुण आहे की ज्याची स्तुती करायची त्याची स्तुतीच करणार, ज्याला वाईट म्हणायचे त्याला ते वाईटच म्हणणार.

'श्यामची आई' या चित्रपटाला राष्ट्रपतिपदक मिळाले म्हणून आचार्य अत्रे यांचा मी गौरव करत नाही, कारण गौरव करायचा असेल तर तो आचार्य अत्रे यांचा न करता राष्ट्रपतींचा गौरव मी करीन. आचार्य अत्रे यांचे हे गुण नवीन नव्हेत. पण त्यांच्या गुणाची थोरवी राष्ट्रपतींनी ओळखली म्हणून प्रथम त्यांचा गौरव केला पाहिजे. (टाळ्या)

अत्र्यांनी महाराष्ट्राला खणखणीत बोलायला व सडेतोड लिहायला शिकवले. 'श्यामची आई' या कादंबरीवर चित्रपट काढायचा, असे जेव्हा अत्र्यांनी मनात

आणले त्यातच त्यांचा गौरव आहे. हेच त्यांच्या मोठेपणाचे लक्षण आहे. (टाळ्या) मनाचा दिलदारपणा व मोठेपणा हे अत्र्यांचे दोन मोठे गुण आहेत. अगोदर एक छोटेसे उदाहरण सांगतो, 'महात्मा फुले' या चित्रपटात काही इंग्रजी लोक काम करण्यास पाहिजे होते. खटपट करून तीन इंग्रजी माणसं आणण्यात आली. अत्र्यांना तेव्हा सांगण्यात आलं की, "बाबूराव ही दीडशे रुपयाची माणसे आम्ही पंचवीस रुपयास एक याप्रमाणे पंच्याहत्तर रुपयात आणली.'' त्यावर अत्रे म्हणाले, ''हे पाहा आपल्याला मनुष्य मिळाला म्हणून त्याला कमी लेखू नका. त्याला पन्नास रुपये द्या.'' खरोखर त्या वेळी अत्र्यांकडे असलेल्या वस्तू विकूनही पाच रुपये आले नसते. पण तो त्यांना विचार नव्हता. हा त्यांचा मोठेपणा आहे.

आपल्या महाराष्ट्राचे वर्णन केले जाते

'राकट देशा, कणखर देश, दगडांच्या देशा'

अत्रे हे अस्सल मराठी माणूस आहेत. त्यांचा पिंड अस्सल मराठी बाण्याचा आहे. त्यांचा वर्णही मराठी आहे. (हशा) म्हणूनच त्यांची भाषादेखील कणखर आणि तेजस्वी आहे. पण कवीने पुढेही असे म्हटलंय -

'कोमल देशा, फुलांच्याही देशा'

महाराष्ट्रात नुसते दगड नाहीत (हशा) तो नुसताच कणखर नाही, तर त्याला कोमल अशा भावनाही आहेत. तो फुलासारख्या मऊ भावनेचा आहे. अत्र्यांच्या लेखनात हेच आहे. त्यांनी कितीही कणखर लिहिले तर त्यात ओलावा आहे. मृदुता आहे. 'श्यामच्या आई' वर चित्रपट काढायचा हेच एक धाडस आहे. ते अत्र्यांनी केले.

आचार्य अत्र्यांनी बरेच चित्रपट काढले. स्वत: भूमिका केल्या. पण त्यांचा चित्रपट कर्तृत्वाचा कळस म्हणजे 'श्यामची आई' ला मिळालेला राष्ट्रपती पुरस्कार. अन्य चित्रपटांनीही लोकप्रियता मिळविली.

'यमुनाजळी खेळू खेळ कन्हैया', हे गाणे इतके लोकप्रिय झाले की तुरुंगामध्येही कैदी हेच गाणे गाऊ लागले. 'ब्रह्मचारी' हा चित्रपट पुण्यातील 'आर्यन' मध्ये तर बावन्न आठवडे चालला. 'अत्रे टच' असलेली कृती ही लोकांची खास आवड बनली होती.

खुमासदार अत्रे । १५

।। नमन नटवरा ।।

औंध संस्थानचे संस्थानिक जनतेला 'आरोग्यासाठी साष्टांग नमस्कार घाला' असा उपदेश करीत. या उपदेशाचा काही वेळा अतिरेक होई. रेल्वेमध्ये प्रवासातही नमस्कार घाला. सर्वत्र सदाकाळ नमस्कार घाला! त्याची थट्टा आचार्य अत्र्यांनी साष्टांग नमस्कार नाटकात केली आहे. कथानकाबरोबरच अत्रे विनोदाची छान पेरणी करीत. याच नाटकात कपाळावर चश्मा ठेवून घरातील कर्ता माणूस चश्मा शोधत असतो, त्याचा मुलगा भविष्य पाहत असतो. तो म्हणतो ग्रहमान पाहता बाबांच्या कपाळी चश्मा आहेच!

'लग्नाची बेडी' हे अत्र्यांचे नाटक तर एव्हरग्रीन म्हणून आजही चाललेय. काही दिवसांपूर्वी पुण्यात या नाटकात रश्मीची भूमिका केलेला नट्यांच्या मुलाखतीचा कार्यक्रम झाला. पद्मा चव्हाण यांनी रश्मीची भूमिका करून 'मादक सौंदर्याचा ॲटमबाँब' ही बिरुदावली लोकप्रिय केली. 'तो मी नव्हेच' हे नाटक अत्र्यांना वृत्तपत्रातील बातमीवरून सुचलं. सातारा येथे साहित्य संमेलनाच्या निमित्ताने या नाटकाचा प्रयोग झाला होता. त्याला स्वत: आचार्य अत्रे उपस्थित होते. हा प्रयोग इतका रंगला की आजही सुमारे छत्तीस वर्षांनी मला त्यातले प्रसंग आठवताहेत. भोंदू साधूची थट्टा करताना प्रेक्षकही राधेश्याम महाराज की जय! अशी घोषणा करीत. नाटकाच्या अखेरीस वकील आणि न्यायाधीश यांची जी भाषणे आहेत. ती झटपट लग्न जमविणाऱ्या आई-वडिलांच्या डोळ्यात जळजळीत अंजन घालणारी आहेत.

या नाटकाला फिरता रंगमंच हवा होता. कोल्हापूरच्या म्हादबा मेस्त्रींनी तो बनवून दिला. त्यांना आचार्य अत्रे यांनी 'यंत्रमहर्षी' ही पदवी बहाल केली. आचार्य अत्रे यांनी 'यंत्रमहर्षी म्हादबा मेस्त्री' असा अग्रलेख दै. 'मराठा'त लिहिला. मेस्त्रींच्या कोल्हापूरच्या पार्वती चित्रपटगृहात तो फ्रेम करून लावलाय.

नाटकाच्या आवडीचे बीज हे अत्र्यांच्या मनात पुण्याच्या भावे हायस्कूलमध्ये शिकत असताना पेरले गेले. तिथे त्यांनी नाटकात कामे केली. त्या काळात नाटके पाहिली. शंकरराव देव यांच्याबरोबरही त्यांनी नाटकात काम केले होते. 'मॅकबेथ' नाटकात तर त्यांनी स्त्री भूमिका सादर केली.

त्यांच्या 'घराबाहेर' या नाटकाला तर एवढी गर्दी झाली की लोकांना प्रयोगाची तिकिटे मिळेनात. 'घराबाहेर' नाटकाला काहींना प्रेक्षागृहाबाहेर राहण्याची वेळ आली. प्रेक्षागृह भरून गेले. म्हणून 'हाउसफुल्ल' हा फलक झळकला. या शब्दप्रयोगाची सुरुवात या नाटकापासून झाली.

'तो मी नव्हेच' या नाटकाने दोन हजारावर प्रयोग करून एक इतिहासच निर्माण

केला आहे. या नाटकात प्रदीर्घ काळ काम करीत असलेले प्रभाकर पणशीकर यांच्या मुलाखतीसुद्धा गाजत आहेत. 'मी मंत्री झालो', 'बुवा तेथे बाया', 'घराबाहेर' अशी अनेक नाटके लिहून अत्र्यांनी मराठी नाट्यभूमी समृद्ध केली.

स्वत:च नाटककार असल्यामुळे नाट्यविषयक विपुल मजकूर 'नवयुग'च्या पानापानातून डोकावतो.

।। मराठी रंगभूमीवरील पहिले नमन ।।

सांगली येथे १८४३ मध्ये विष्णुदास भावे यांनी 'सीता स्वयंवर' हे मराठीतील पहिले नाटक सादर केले. त्या वेळी मराठी रंगभूमीवरचे पहिले नमन सादर झाले.

पद राग सूधकल्याण ताल त्रिवट

करनाटकी नाटक करो ईशआज्ञा

वाटे मम मना गजानना ॥ धृ ॥

सकलारंभी तुझे स्तवन करिता जाती विघ्ने पळून

धाव पाव बा गुणज्ञा ॥१॥

कैचे होईल हे निर्विघ्न, आणिक अज्ञहस्ते जनरंजन

या सुमती या हो आज्ञा ॥२॥

चिंतामणराव पट वर धन देऊन करवि नाटक हे उत्पन्न

विष्णुदासा देऊनी आज्ञा ॥३॥

।। मराठीतील पहिले बुकीश नाटक ।।

मराठी रंगभूमीचे विधाते प्रेक्षक या नावाने श्री. पु. रा. लेले यांनी लिहिलेल्या लेखात उद्बोधक माहिती आहे.

कै. विनायक जनार्दन कीर्तने यांचे 'थोरले माधवराव पेशवे' हे नाटक १८६१ मध्ये पुस्तक रूपाने प्रसिद्ध झाले. बुकीश नाटकातील हे पहिले नाटक. प्रथम नाटक पूर्ण लिहून नंतर रंगभूमीवर आलेले असे हे पहिलेच नाटक.

नाटकाची कसोटी ही पुण्यात लागत असे. नटाला महाराष्ट्रात कीर्ती हवी असेल तर त्याने पुणे गाजविले पाहिजे. पुण्याचा प्रेक्षक हा महाराष्ट्रातील प्रेक्षकांचा पुढारी झाला होता. त्या काळातील पुण्याचा इतिहास अभ्यासण्याजोगा आहे. इंग्रजांपैकीसुद्धा जे प्रगतीप्रिय, विद्वान होते त्यांनी पुणे येथे आपले घर केले होते.

महादेव गोविंद रानडे हे मुंबई विद्यापीठाचे पहिले एम. ए. त्यांनीही कार्यक्षेत्र म्हणून पुणेच निवडले. त्यांची आणि नाटककार गोविंद ब. देवल यांची भेट पुण्यातच झाली. 'फाल्गुनराव' आणि 'दुर्गा' या नाटकाचे मूळ देवलांना रानडे यांनी मिळवून दिले.

मराठी नाट्यसंमेलने व त्यांचे अध्यक्ष

अधिवेशन	वर्ष	स्थळ	अध्यक्ष
१	१९०५	मुंबई	दादासाहेब खापर्डे
२	१९०६	नाशिक	न. चिं. केळकर
३	१९०७	पुणे	कृ. प्र. खाडीलकर
४	१९०८	नाशिक	नीलकंठ विनायक छत्रे
५	१९०९	पुणे	गणेश कृष्ण गद्रे
६	१९१०	पुणे	चिंतामण गंगाधर भानू
७	१९११	मुंबई	विष्णू दिगंबर पलुसकर
८	१९१२	अमरावती	मोरोपंत जोशी
९	१९१३	पुणे	के. रा. छापखाने
१०	१९१४	पुणे	शिवराम महादेव परांजपे
११	१९१५	नगर	ना. वा. टिळक
१२	१९१६	पुणे	शं. बा. मुजुमदार
१३	१९१७	पुणे	कृ. प्र. खाडीलकर
१४	१९१८	पुणे	पु. रा. जयकर
१५	१९१९	पुणे	चिं. वि. वैद्य
१६	१९२०	पुणे	वामनराव जोशी
१७	१९२१	पुणे	यशवंत ना. टिपणीस
१८	१९२२	पुणे	केशवराव कोरटकर
१९	१९२३	पुणे	श्री. नी. चाफेकर
२०	१९२४	सांगली	बाबासाहेब घोरपडे
२१	१९२६	कोल्हापूर	धुंडीराज गोविंद फाळके
२२	१९२७	पुणे	श्री. नी. चाफेकर
२३	१९२८	मुंबई	गिरिजाबाई केळकर
२४	१९२९	पुणे	नारायणराव राजहंस
२५	१९३०	मुंबई	अनंत हरी गद्रे
२६	१९३३	मुंबई	नारायण बामणगावकर
२७	१९३५	पुणे	गोविंदराव टेंबे

| २८ | १९३६ | पुणे | शंकर परशराम जोशी |
| २९ | १९३८ | पुणे | मामा वरेरकर |

महाराष्ट्र नाट्य संमेलन

३०	१९३९	नागपूर	त्र्यं. सी. कारखानीस
३१	१९४०	नाशिक	गणेश गोविंद बोडस
३२	१९४१	मुंबई	प्र. के. अत्रे

भारत नाट्य संमेलन

३३	१९४३	सांगली	ना. वि. कुलकर्णी
३४	१९४५	जळगाव	माधवराव जोशी
३५	१९४६	अहमदनगर	चिंतामणराव कोल्हटकर
३६	१९४९	कोल्हापूर	चिंतामणराव कोल्हटकर
३७	१९५५	पुणे	न. ग. कमतुरकर

मराठी नाट्य परिषद

३८	१९५६	बेळगाव	प्र. के. अत्रे
३९	१९५६	सोलापूर	पार्श्वनाथ आळतेकर
४०	१९५७	सातारा	वि. स. खांडेकर
४१	१९५९	हैद्राबाद	नानासाहेब फाटक
४२	१९६०	बडोदा	वसंत शांताराम देसाई
४३	१९६१	दिल्ली	दुर्गाबाई खोटे

।। मुलीच्या मृत्यूच्या दिवशी नाटकात काम ।।

'मानापमान' नाटकाचा पहिला प्रयोग जाहीर झालेला. बालगंधर्वांची प्रमुख भूमिका होती. त्याच दिवशी त्यांच्या कन्येचे निधन झाले. हा प्रहार सोसूनही बालगंधर्वांनी उपजत कलासुलभ वृत्तीमुळे खेळ चांगलाच रंगवला आणि मानापमान नाटक इतके रंगविले की त्याची गोडी आजही कायम राहिलेली आहे.

प्रथम प्रयोगाच्या वेळी नाट्याचार्य खाडीलकर म्हणाले –

'ज्याला दुःखाची जाणीव नाही अशा प्राण्यावर दुःखाचा प्रसंग आणण्यास ईश्वराला काय मौज वाटत असेल ती असो.'

खुमासदार अत्रे । १९

।। दुर्गा खोटे ।।

सन १९६१ मध्ये होणाऱ्या मराठी नाट्य महोत्सवाच्या अध्यक्षपदी दुर्गा खोटे यांची बिनविरोध निवड झाली.

तेरा वर्षांपूर्वी इंडियन पीपल्स थिएटरच्या कॅप्टन मा. कृ. शिंदे यांच्या '४२ चे आंदोलन' या नाटकात त्यांनी प्रथम काम केले. त्यांचा बोलपटाशी संबंध येण्यापूर्वीची एक आठवण आहे. मोहन भरतानी या चित्रपटकाराने बोलपटात काम करण्यासाठी प्रथम दुर्गाबाईंच्या बहिणीस बोलावले होते. त्यांनी नकार दिला व आपल्याऐवजी दुर्गाबाईंना पाठवले. केवळ गंमत म्हणून त्यांचा बोलपटाशी संबंध आला. हा चित्रपट चालला नाही. पण त्यानंतरचा त्यांनी भूमिका केलेला 'अयोध्येचा राजा' हा चित्रपट गाजला. त्यांनी १९६१ पर्यंत एकूण ११५ बोलपटात कामे केली आहे.

।। छोट्या गंधर्वांना तात्यासाहेब केळकरांची शाबासकी ।।

स्वरराज छोटा गंधर्व यांच्या संबंधी लेख लिहिलाय कादंबरीकार ना. ह. आपटे यांनी. छोटा गंधर्व यांचे मूळ नाव सौदागर नागनाथ गोरे. त्यांचा जन्म माघ वद्य १३ शिवरात्र, सन १९१८ रोजी सातारा जिल्ह्यातील कोरेगाव या गावी झाला.

नाटकात काम करायचे म्हणून त्यांनी दामुअण्णा जोशी यांच्या बालमोहन नाटक कंपनीत सामील व्हायचे ठरविले. कोरेगावहून ते पुण्यास जायला निघाले. निरोप देताना साऱ्यांना रडू कोसळले.

पुण्यात पहिलेच नाटक मिळाले ते 'प्राणप्रतिष्ठा'. यामध्ये त्यांनी मुख्य नायिकेचे काम केले. या कामाबद्दल त्यांना साहित्यसम्राट तात्यासाहेब केळकर यांनी शाबासकी दिली.

दुसरे नाटक मिळाले ते म्हणजे 'स्वर्गावर स्वारी' अर्थात भक्त प्रल्हाद आख्यान. त्यांच्या गाण्याची प्रेक्षकांकडून वाहवा होई. संशयकल्लोळ नाटकातील रेवतीची त्यांची भूमिका अतिशय गाजली. लोक छोटा गंधर्वांची भैरवी ऐकायला म्हणून येत. नाशिक येथे डॉ. कुर्तकोटी ऊर्फ श्री शंकराचार्य यांनी छोटा गंधर्वांना 'स्वरकिन्नर' ही पदवी दिली. त्या वेळी त्यांना पुष्कराज खडा असलेली अंगठी भेट म्हणून दिली.

३१ वे महाराष्ट्र नाट्य संमेलन अधिवेशन, नाशिक
२३/२४ मार्च ४० रोजी नाशिक येथे होणाऱ्या महाराष्ट्र नाट्यसंमेलनाचे
अध्यक्ष नटश्रेष्ठ गणपतराव बोडस.
त्यांच्या 'माझी भूमिका' आत्मचरित्राचे प्रकाशन.
रंगभूमीचा कायापालट १०० वर्षांतील नाट्यप्रवेशातून दाखविणार.
२ दिवसांचा प्रतिनिधी आकार ३ रु. अंथरूण, पांघरूण बरोबर आणावे.
- वा. मो. कानिटकर
कार्यवाह

।। एकच प्याला ।।

या नाटकाचं परीक्षण करणारं विपुल लिखाण झालं आहे. मामा वरेरकरांनी म्हटलंय, 'राम गणेश गडकरी आसन्नमरण स्थितीत असताना 'एकच प्याला' नाटकाची पदे रचण्याची परवानगी त्यांनी विठ्ठल सीताराम गुर्जर यांना दिली. ही परवानगी गंधर्व मंडळींच्या संमतीनेच दिली. आज जी या नाटकातील पदे सर्वतोमुखी झाली आहेत ती गुर्जर यांचीच. गडकऱ्यांच्या तेजस्वी गद्याच्या हिऱ्यासभोवार कोंदण केलेली ही छोटीछोटी माणके नारायणरावांची कीर्ती वाढविण्यास कारणीभूत ठरली.'

।। विसराळू गोकुळ ।।

गडकऱ्यांच्या नाटकावर आचार्य अत्रे यांनी विपुल लेखन केलंय. प्रेमसंन्यास या राम गणेश गडकरी यांच्या नाटकाबद्दल ते म्हणतात - तेरा साली या नाटकाचा पहिला प्रयोग झाला. हिंदू समाजातील बालविधवेच्या हृदयद्रावक जीवनाची ही करुण कहाणी होय. नाटकाचे सर्व वातावरण गंभीर असून, त्यात करुण रसाचा विशेष परिपोष केलेला आहे. नाटकाचा शेवट फारच भयानक रीतीने शोककारक झाला आहे. अशा वातावरणात वस्तुत: विनोदाला कोठून वाव असणार? पण स्मशानात एका बाजूला उगवलेल्या एखाद्या फुलाप्रमाणे या शोकान्त नाटकातला गडकऱ्यांचा निरागस विनोद प्रेक्षकांच्या मनाला मोहिनी घातल्याशिवाय राहत नाही.

विसराळू स्वभावाचे गोकुळ नावाचे हे पात्र गडकऱ्यांनी या नाटकात चितारले आहे. तो त्यांच्या स्वतंत्र विनोदी प्रतिभेचा एक अविस्मरणीय आणि आल्हादकारक

खुमासदार अत्रे । २१

नमुना होय. ज्या विनोदामुळे प्रेक्षकांच्या मनात सहानुभूती निर्माण होते तो विनोद सर्वांत उत्तम. त्या कसोटीला गोकुळ हे पात्र सर्वस्वी उतरणारे आहे. गोकुळच्या भोळसट आणि विसराळू स्वभावाचे एक एक नमुने पाहिले म्हणजे प्रेक्षक पोट धरधरून हसतो.

कोणकोणती कामे करायची याची आठवण राहावी यासाठी तो आपल्या उपरण्याला सतराशे साठ गाठी मारून त्या उपरण्याची अक्षरश: सुतपुतळी करून टाकतो. पण कोणत्या गोष्टीसाठी कोणती गाठ मारली आहे हे मागून त्याच्या ध्यानात राहत नाही. शेरभर साखर आणि तोळाभर केशर आणण्यासाठी म्हणून घरातून बाहेर पडतो खरा, पण वाण्याच्या दुकानात आल्यानंतर त्याला साखर शेरभर घ्यायची की तोळाभर आणि केशर तोळाभर घ्यायचे की शेरभर घ्यायचे याचे विस्मरण होते आणि मग तो तसाच काही घेतल्याविना घरी परततो.

पावसात भिजत असताना छत्री उघडण्याचेही स्मरण त्याला राहत नाही. उपरण्याच्या गाठी मारून आठवण राहत नाही म्हणून तो पुढे स्मरणवही ठेवतो. पण कित्येक गोष्टींची टाचण करण्याची त्याला जशी आठवण होत नाही असे टाचण करून ठेवलेल्या गोष्टी पाहण्याचे त्याला स्मरण होत नाही. काही वेळा स्मरणवही कुठे ठेवली हेच मुळी त्याला स्मरत नाही. त्यामुळे ब्रह्मदेव आपल्याला स्मरणशक्ती द्यावयाला अजिबात विसरला की काय अशी त्याला जबरदस्त शंका येते.

जयंतावर झालेल्या खुनाच्या खटल्यात आरोपींच्या बाजूने गोकुळची साक्ष काढण्यात येते. पण वयाच्या बाबतीत आपली स्मरणशक्ती दगा देणार, अशी भीती वाटल्यामुळे 'गोकुळ वृंदावन विसरभोळे' या आपल्या नावातल्या बारा अक्षरांना दोन्ही बाजूंच्या दोन वकिलांनी गुणून त्यात एक न्यायाधीश मिळवायचा म्हणजे पंचवीस हा आपल्या वयाचा बरोबर आकडा येतो असा त्याने आडाखा बसवून ठेवला. पण ऐन वेळी कोर्टात साक्ष देताना विसराळूपणाने त्याने आपल्या नावाच्या बारा अक्षरांना न्यायाधीशाने गुणून त्यात दोन वकील मिळवले आणि आपले वय चौदा म्हणून उत्तर दिले. त्यामुळे कोर्टात हशा पिकला. त्यामुळे त्याने आपली चूक दुरुस्त करून मूळ ठरविलेल्या अंदाजाप्रमाणे आपले वय पंचवीस असे सांगितले.

तेव्हा सरकारी वकिलांनी विचारले, "मग पहिल्यांदा चौदा कशी सांगितली?" तेव्हा गोकुळने त्याला उत्तर दिले, "पहिल्याने फुकट गेलेली वर्षे जमेस धरली नव्हती."

गोकुळ हा एक वेडगळ माणूस आहे ही गोष्ट न्यायाधीशांच्या लक्षात यायला काही फारसा वेळ लागला नाही. त्यांनी त्याला नालायक साक्षीदार ठरवून त्याची साक्ष काढून टाकली. तेव्हा शहाण्याने कोर्टाची पायरी चढू नये हे वाडवडीलही

२२ । खुमासदार अत्रे

म्हणत आले ते काही खोटे नाही, असं पुटपुटत गोकुळ साक्षीदाराच्या पिंजऱ्यातून बाहेर पडतो.

साक्षीच्या निमित्ताने कोर्टात वातावरणाशी आणि भाषेशी जेव्हा गोकुळचा संबंध येतो, तेव्हा दरखास्त, सुनावणी, कैफियत, हुकूमनामा, जातमुचलका आणि फैसला या शब्दांचा गोकुळच्या मनावर विलक्षण परिणाम होतो. हे शब्द उच्चारताना अंगात विलक्षण अवसान भरल्याचा त्याला भास होतो. आपल्याला पुढे-मागे जर मुले झाली तर दरखास्त, कैफियत आणि जप्ती ही मर्दानी नावे ठेवण्याच्या आणि शक्य तर स्वत: मुखत्यार वकील होण्याचा तो निर्धार करतो.

गोकुळच्या या स्वाभाविक आणि सहजगत विनोदाखेरीज शाब्दिक कोट्यांचीही या नाटकात पुष्कळ रेलचेल आहे. उदाहरणार्थ, 'अंगवस्त्राच्या गाठीपेक्षा लग्नगाठच बरी म्हणायची', 'नवऱ्याला डोके नसले म्हणजे बायका डोक्यावर बसतात', 'विजापूरच्या मुलूखमैदान तोफेच्या आवाजाने गर्भिणीचे गर्भपात झाले असे म्हणतात, पण हिच्या तोंडाची तोफ सुरू झाली म्हणजे माझ्यासारखा पुरुषदेखील गर्भगळीत होतो.' मथुरा म्हणते, 'इतकी माणसे असतात बाबांच्या खानावळीत, पण माझ्याखेरीज पान हालत नाही' तेव्हा गोकुळ म्हणतो, 'खानावळीतील दोनदोनशे पाने हलवायला तुझ्यासारखी खंबीर बायकोच पाहिजे.'

मथुरेचा बाप किती चिक्कू असतो त्याचे गोकुळने केलेले वर्णन वाचा— 'पक्का चिक्कू आहे तो. दसऱ्याचे सोनेसुद्धा त्याचे हातून सुटत नाही, कोणी एखादा निरोप सांगितला तर त्यातलेसुद्धा चार शब्द तो दलालीदाखल ठेवून घेईल.'

।। तमाशाचा जन्म ।।

'नवयुग'ने नाटकाप्रमाणे तमाशावरचे लिखाण प्रसिद्ध केले. लोकशाहीर अण्णाभाऊ साठे यांच्या लेखात ते म्हणतात, 'तमाशा हा महाराष्ट्राचा राष्ट्रीय कलाप्रकार. संस्कृतातील लापनिका मराठीत लावणी या नावाने रूढ झाली. ती अध्यात्म गात पुढे आली आणि तिने शृंगाराचे इंद्रधनुष्य निर्माण केले. त्या लावणीचा आत्मा अधिक स्पष्ट करण्यासाठी एक साज एकत्र आला, राधा मथुरेला निघाली, तिला अडविण्यासाठी कृष्ण पुढे आला. गरजेनुसार पात्रे

दाखल झाली, ती लावणीच्या अर्थाला धरून बोलू लागली, गाऊ लागली आणि ही जी क्रिया झाली त्यातूनच तमाशा जन्माला आला.

आक्रमक मोगली मनाला त्याने आनंद दिला. म्हणूनच त्यांनी तमाशा हे फारशी नाव दिले.

।। ओलावा कवितेचा ।।

एकदा आचार्य अत्रे सुप्रसिद्ध लेखक अनंत काणेकर यांना म्हणाले, "तुम्हाला एक गणित सांगतो या गणिताचं उत्तर तुम्ही बरोबर दिलंत तरच नवकाव्य तुम्हाला एकदम समजेल!"

"ते काय बुवा?"

"हे घ्या गणित, दोन पैशांना चार पेरू, तर फडक्यांच्या हौदात पाणी किती?"

अशा रीतीने नवकाव्यातल्या अर्थहीनतेची ते टर उडवीत.

स्वत: अत्र्यांनी चांगल्या कविता लिहिल्या. चित्रपटातील गीते लिहिली; परंतु काव्यक्षेत्रात ते सर्वसामान्यांपर्यंत पोहोचले ते त्यांच्या 'झेंडूची फुलं' या विडंबन काव्यामुळे. परीट हा प्राणी कपडे वेळेवर न देण्याबद्दल प्रसिद्ध. कपडे देणार तेव्हा फाडून देणार. या त्याच्या सवयीचं वर्णन त्यांनी 'परिटा येशील कधी परतून' या विडंबन काव्यात केलं.

कोट रेशमी लग्नामधला मानेवर उसवून
उरल्या सुरल्या गुंड्यांचीही वासलात लावून!
बारीक सारीक हातरुमाल हातोहात उडवून!
सदऱ्यांची या इस्त्रीने तव चाळण पार करून!

कवी या विषयावरही त्यांनी विडंबन काव्य केले. एकदा ते पुण्यात असताना वाड्याच्या पहिल्या मजल्यावरच्या दिवाणखान्यात ते, अनंत काणेकर, शंकरराव देवभक्त वगैरे गप्पा मारत बसले होते. इतक्यात समोरच्या चिंचोळ्या जिन्यावरून एक माणूस वर येताना दिसला. त्यांनी आपल्या विडंबन काव्यात वर्णन केलेल्या कवीसारखाच तो दिसत होता. त्याच्या काखेत कवितेचे बाड होते. अर्ध्या जिन्यावरच उभे राहून त्याने लाजत विचारले, "दाखवू का?"

अत्रे एकदम हसून म्हणाले,

"इतक्या लोकांसमोर नको उगीच!"

तो जिन्यावरून खालच्या खालीच पळाला!

चांगल्या कवितांना 'नवयुग'मध्ये नेहमीच स्थान मिळाले. या कविता म्हणजे वाचकांना चांगलाच विरंगुळा होता.

।। मनाचे श्लोक विडंबन ।।

जे गीत लोकप्रिय आहे ते विडंबनासाठी निवडल्यास वाचकास भिडते. याची जाण ठेवून दोन फेब्रुवारी एक्केचाळीसच्या नवयुगमध्ये 'अकस्मात' या मथळ्याखाली मनाच्या श्लोकावर रचलेली वात्रटिका पाहा -

बहू पाहिल्या एकही आढळेना
मनाजोगती, काढितो दोष नाना!
वरी शेवटी, भोर काळ्या मुलीते!
अकस्मात होणार, होवोनी जाते!
जरी लेख तो मासिका पाठवितो -
तरी तोची तो त्यास 'साभार' येतो!
कधी नाही ते 'घेतला' पत्र येते!
अकस्मात होणार, होवोनी जाते!
मनी एक चिंता बहू त्रास देई-
कळेना तयाला असे काय होई-
जरी वापरी सर्वही 'साधना' ते!
अकस्मात होणार, होवोनी जाते!

।। नवकवीची टोळधाड ।।

वऱ्हाडात आणि मराठवाड्यात सध्या भयंकर टोळधाड आली आहे. असलीच एक टोळधाड गेले कित्येक दिवसांपासून या महाराष्ट्रावर आली आहे. हे सारे वर्णन 'आत्रेय' या सदरात बहारदारपणे अवतरलंय. नवकवींच्या टोळधाडीने मराठी भाषेचे नि विशेषत: काव्याचे विलक्षण नुकसान चालविले आहे. एखादी सांसर्गिक साथ आली म्हणजे तिला कोण कोण बळी पडेल हे जसे सांगता येत नाही, त्याप्रमाणे या नवकवींच्या टोळधाडीने महाराष्ट्रातल्या चांगल्या कवींचा बळी घेतला आहे.

वाचकांच्या आणि श्रोत्यांच्या अभिरुचीचा एवढा अध:पात झालेला आहे की त्यातले एकही अक्षर समजत नाही. असली बाष्कळ बडबड तास न् तास शांतपणे

खुमासदार अत्रे । २५

ऐकत बसण्याइतके त्यांचे मेंदू कुचकामी होऊन गेले आहेत. रामजोशी कवींनी म्हटलं आहे की,

'कविता रस झडकरी मनात
यावा पुण्याचा ठेवा'

कविश्रेष्ठ बीं ची अशी इच्छा होती की,

'सोप्या सोप्या शब्दांनी,
स्फूर्तीसूत्राने गुंफुनी
मंजुळ मंजुळशी गाणी रचुनी
रसिकांत करणी आपण
शिरुनी बसावे'

पण नवकवीच्या टोळधाडीने मराठी कवितेचे हे उद्देश आणि या आकांक्षा मातीमोल करून टाकल्या आहेत. खडक फोडला तर त्यातून एखादा पाझर फुटेल पण नवकाव्यावर डोके फोडले तरी त्यातून काही अर्थ निष्पन्न होणार नाही. पिकावर टोळधाड आली म्हणजे झाडे, झुडपे, पाने, कोंब, फुले ज्याप्रमाणे टोळ क्षणार्धात भक्षण करून टाकतात आणि खाली भेसूर आणि विद्रूप अवशेष शिल्लक ठेवतात त्याप्रमाणे नवकवींच्या टोळधाडीने मराठी कवितेचा सारा मोहोर आणि फुलोरा फस्त करून तिला अत्यंत भयाण आणि बीभत्स स्वरूप देण्याचा सपाटा चालविला आहे.

।। कवीचा कडेलोट ।।

'आत्रेय' मधील बावीस जानेवारी एकोणीसशे एकसष्टचा गडकरी पुण्यस्मरण लेख अप्रतिम आहे. आचार्य अत्रे लिहितात -

अठरा सालच्या आरंभी खानदेशात नशिराबाद येथे एके दिवशी सकाळी बालकवी ठोंबरे आगगाडीचे रूळ ओलांडून जात असता दुसऱ्या बाजूने आगगाडी येत आहे याचे त्यांना भान राहिले नाही आणि इंजिनाखाली सापडून त्यांच्या चिंधड्या उडाल्या. महाराष्ट्रातील एका आनंदी कलावंताचा असा हृदयद्रावक तऱ्हेने अंत होईल, अशी कोणालाही कल्पना नव्हती. ठोंबऱ्यांच्या या मृत्यूची बातमी मीच स्वत: गडकऱ्यांना सांगितली. गडकरीही त्या वेळी थोडेसे आजारी होते. ते अंथरुणातून

ताडकन उठले आणि व्याकूळ स्वरात म्हणाले, 'ठोंबऱ्यांच्या मृत्यूने माझ्या काळजात घाव मारला. मी आता फार दिवस जगत नाही.' स्वत:च्या मरणाविषयी केलेले गडकऱ्यांचे भविष्य अक्षरश: खरे ठरले. एका वर्षाच्या आतच क्षयाच्या विकाराने ते वयाच्या अवघ्या चौतिसाव्या वर्षी मरण पावले. गडकरी जिवंत असतानाच एकदा त्यांच्या मृत्यूची बातमी छापून प्रसिद्ध झाली होती. म्हणजे त्याचे असे झाले, गडकरी हवा बदलण्यासाठी पुण्याहून बाहेरगावी गेले होते. त्यांच्या घरामध्ये तळमजल्यावर एका मारवाड्याचे दुकान होते. कुणीतरी गडकऱ्यांचा शोध घेण्यासाठी त्या ठिकाणी आला. त्याला मारवाड्याने सांगितले की गडकरी गेले! ऐकणाऱ्याचा समज झाला की गडकरी गेले म्हणजे गडकरी वारले. त्याने ती बातमी मुंबईच्या 'इंदूप्रकाशा'त पाठवून दिली आणि इंदूप्रकाशच्या संपादकांनी ताबडतोब गडकऱ्यांचा मृत्युलेख लिहून टाकला.

आपल्या मरणाचा हा लेख वाचून गडकरी हसून म्हणाले, 'चला! आपण मेल्यावर लोकांना इतके वाईट वाटते हे काही वाईट नाही.'

गडकऱ्यांसारखा अद्‌भुत प्रतिभेचा माणूस मी तरी अद्यापपर्यंत पाहिलेला नाही. कोणी त्यांना विक्षिप्त म्हणत, कोणी तऱ्हेवाईक म्हणत, कोणी विचित्र म्हणत, कोणी माथेफिरू म्हणत. पण मी त्यांना अद्‌भुत म्हणतो, अद्वितीय म्हणतो.

चोवीस तास ते लेखनाची समाधी लावून बसलेले असत आणि त्यामुळे लौकिकदृष्ट्या त्यांच्या हातून पुष्कळ वेळा चमत्कारिक गोष्टी घडत. मोठमोठ्या लेखकांना आणि कवींना त्यांनी हाकलून दिलेले मी पाहिले आहे. त्यांनी दाराशी एक मोठी पाटीच टांगून ठेवलेली होती. तिच्या एका बाजूवर लिहिले होते, 'गडकरी कामात आहेत संध्याकाळी या' आणि दुसऱ्या बाजूला लिहिलेले होते, 'गडकरी बाहेर गेले आहेत.' या पाटीला न जुमानता एक धाडसी माणूस वर त्यांच्या माडीवर चढला. गडकरी त्या वेळी विडी ओढत बसले होते. त्या माणसाला पाहताच ते त्याच्या अंगावर एकदम जोराने ओरडले, "तुम्ही वर आलात कसे? मी कामात आहे हे तुम्हाला दिसत नाही?" तेव्हा तो माणूस कोडगेपणाने म्हणाला, "तुम्ही तर विडी ओढत आहात! कामात आहात असे काही मला दिसत नाही." तेव्हा गडकरी ताडकन उत्तरले, "मी ज्या वेळी कामात आहे असे दिसत नाही त्या वेळी खरा कामात असतो."

एकदा काही कवी मंडळींबरोबर गडकरी सिंहगड पाहायला गेले. तेथे डोणागिरीच्या कड्यावर उभे असताना पुष्कळशा कवींना काव्य रचण्याची स्फूर्ती आली आणि जो तो 'उद्धवा शांतवन कर जा' या चालीवर ऐतिहासिक कविता लिहू लागला. गडकरी शांतपणे उभे होते. तेव्हा कोणीतरी त्यांना विचारले की, "काय हो गडकरी, डोणागिरीचा कडा पाहून तुम्हाला एखादी कल्पना कशी सुचत नाही?" त्यावर

खुमासदार अत्रे । २७

गडकरी म्हणाले, "हा कडा बघून एक उत्तम कविकल्पना या क्षणी माझ्या मनात आली आहे की, साऱ्या कवींना एका पोत्यात घालून खाली ढकलून देण्यासाठी डोणागिरीसारखा दुसरा सोईस्कर कडा नसेल या महाराष्ट्रात!"

।। कवींचे पीक ।।

काव्याचे विडंबन करणे म्हणजे ते प्रथम एखाद्या आशयाचे विडंबन असले पाहिजे आणि नंतर ते वरवरच्या शब्दांचे हवे. केवळ शब्दाला शब्द जमवून केलेले काव्य श्रोत्यांच्या मनाला भिडणार नाही. 'परिटा येशील कधी परतून' या विडंबन काव्यात परीट कपडे द्यायला उशीर लावतो ही सर्वसामान्यांची तक्रार मांडली गेल्यामुळे त्या काव्याला आशय प्राप्त झाला.

विडंबन करायचे तर ते लोकप्रिय गाण्याचे हवे, म्हणजे वाचकांना ते त्वरित लक्षात येते.

आता विडंबन काव्यापेक्षा चारोळ्या जोरात चालल्यात. या चारोळ्या जरी आपल्या पाहण्यात अलीकडेच आल्या असल्या तरी आचार्य अत्रे यांनीही त्या काळी चारोळी लिहिली होती.

'मान मोडेल तुझी
अंबाड्याचा बोजा
हाय, हसेल कोणी
त्यात आहे पायमोजा!'

आचार्य अत्रे यांनी 'नवयुग'मधील 'गडकऱ्यांचा विनोद' लेखात म्हटलंय - महाकवी आणि प्रासपुत्र (ट ला ट जुळविणारे) यांच्यात विशेष अंतर नाही. केवळ दोन बोटांइतकेच! महाकवी अगदी स्वर्गात भराऱ्या मारत असतात, तर प्रासकवींना स्वर्ग केवळ दोन बोटे उरलेला असतो.

कवींच्या आयुष्यातील निरनिराळ्या कालखंडाचे वर्णन करताना गडकरी सांगतात की, 'कवींचे बालपण मात्र अत्यंत सुखात गेलेले असते. मोठमोठ्या कवींनी 'बाळपणाचा काळ सुखाचा', 'रम्य ते बालपण देई देवा फिरूनी' किंवा 'बाळपणीच्या नाना तऱ्हा' असे बाळपणाचे पोवाडे गायलेले आहेत. आहाहा! ते बाळपण आणि त्या लीला! ते अर्ध्या तिकिटाने प्रवास करणे, ते निम्म्या दराने नाटक पाहणे, ते सर्वांनी कौतुक करणे, माझ्या बालपणी शेजाऱ्यापाजाऱ्यांनी पटापट चुंबने घेऊन माझे लाड पुरवावे. पण तेच आता! बाळपणीचे सुख अवर्णनीय आहे.'

पण कवींचे बाळपण जितके सुखात गेलेले असते तितकेच त्याचे तारुण्य

२८ । खुमासदार अत्रे

दुःखपूर्ण असते. त्याच्या अंतरी कसली तरी आग भडकलेली असते. तो रानावनातून डोंगरावरून, जलाशयाच्या तटावरून किंवा बागबगिच्यातून नेहमी फिरत असतो. आनंदात निमग्न असणे, रडणे, तंद्रीत पडणे, किंकाळ्या मारणे, आलोचन जाग्रण करणे, स्वप्ने पाहणे, भ्रमिष्टासारखे भटकणे, अश्रूंच्या पुरात वाहून जाणे, फुलपाखरांच्या मागे लागणे, जगावर लाथ मारणे यासारख्या करमणुकीच्या प्रकारात हा आपला फावला वेळ घालवीत असतो.

कवीचा मुख्य आहार म्हणजे अमृत. ते आणण्यासाठी तो हरघडी स्वर्गापर्यंत येरझाऱ्या घालीत असतो. वर्णनावरून पाहता अमृताचा रंग ताडीसारखा पांढरा असावा. कवींच्या वस्त्रप्रावरणाबद्दल बहुतेक कुठे उल्लेख केलेला नाही. 'अरसिकेषु कवित्वानिवेदनम्', 'निरंकुशः कवयः', 'तान्प्रतिनैष यत्नः' आणि कवी हे शब्दसृष्टीचे ईश्वर या चार बुरुजांच्या आत याचे वास्तव्य असते. कवीचे लग्न जरी एकदाच होत असले तरी याला दोन स्त्रिया असतात. एक संसारकामात राबणारी बायको आणि दुसरी कवितेमध्ये नाचणारी प्रिया. बायको घरात काबाडकष्ट करून पोराबाळांच्या खस्ता खात असते, तर प्रिया कवीला गुंगारा देऊन कोठेतरी दडून बसलेली असते. तिला आळविण्यासाठी तो परोपरीने रडत असतो. कधी कधी हा छातीवर फुले ठेवून पडलेला असतो. याच्या डोळ्यातून अलोट पूर वाहत असतात. आगीसाठी बंब ठेवण्यापेक्षा म्युनिसिपालटीने विरहावस्थेतले कवी ठेवावेत.

कवीच्या ज्ञानाबद्दल तर काही मजेदार माहिती गडकऱ्यांनी दिलेली आहे. एका कवीने मोराच्या मधुर गायनाची शिफारस केली आहे. दुसऱ्याला अश्विन मासाचे दिवस विलक्षण शांतीचे वाटून जमीन हिरव्या कुरणांनी मंडित झालेली दिसली आहे. तिसऱ्याने बोरघाटात हंसाची वसाहत करून ठेवली आहे. कुणी फुलपाखरांचे गाणे ऐकले आहे, कोणी काकडकुंभ्याला सकाळी सूर्याला सामोरे जाऊन स्वागतपर गाताना पाहिले आहे. एका कवीने आपण 'बोलून चालून फक्त रोडकेच असलो' तरी आपला तिरस्कार न करण्याबद्दल आपल्या प्रियेला विनवणी केली आहे. जणू काही सुंदर स्त्रियांच्या डोळ्यामध्ये भरण्यासाठी तरुणांच्या अंगी गलेलठ्ठपणा हा गुण आवश्यकच आहे.

कवीला कविता करण्याइतकाच आपल्या कविता दुसऱ्याला वाचून दाखविण्याचा फार हव्यास असतो.

काही कवी आपले बाड बरोबर घेऊन हिंडतात, तर काहींना साऱ्या कविता तोंडपाठ असतात. गडकऱ्यांना एक कवी बुधवार चौकात भेटला आणि त्याने तेथे आपल्या कविता तालासुरावर त्यांना म्हणून दाखविण्यास सुरुवात केली. एवढेच नव्हे तर मधून मधून तो आपल्या कवितांनंतर गद्यात मल्लीनाथीही करी. त्याचा नमुना बघा.

खुमासदार अत्रे । २९

तो : लक्षात नाही आले तुमच्या, ही या चरणातली मुख्य मख्खी आहे.

गडकरी : फारच मार्मिकपणे तुम्ही हे वर्णिले आहे.

तो : हाच तर माझा विशेष. सृष्टीचे सूक्ष्म अवलोकन करून अंत:करण सृष्टीशी एकजीव झाले पाहिजे. बस्स कवीला हृदय पाहिजे. डोक्याची जरुरी नाही.

गडकरी : बरोबर, कवींना विधात्याने जे डोके दिले आहे ते उपयोगासाठी नसून मनुष्यदेहाच्या परंपरा सांभाळण्यासाठीच असावे.

।। अत्र्यांची कविता अस्वलासारखी! ।।

निरनिराळ्या लेखकांचे लेखन कसे दिसते याचे एक अतिशय विनोदी वर्णन पुण्यामध्ये एका संमेलनात तात्यासाहेब केळकरांनी आपल्या भाषणात केले होते. ‘तात्यांची कविता कडेवर मूल घेतलेल्या एखाद्या ललनेसारखी वाटते आणि केशवसुतांच्या कविता ही दाभणकाठी पंचा नेसलेल्या, कोरीव मिशा असलेल्या एखाद्या पुष्ट चित्पावन ब्राह्मणाप्रमाणे वाटते,’ असे ते म्हणाले. त्या वेळी कवी गिरीश पलीकडे बसले होते. त्यांना बघून केळकर म्हणाले, ‘गिरीशांची कविता ब्राह्मणाच्या बाईने गुरविणीचा पोशाख करावा तशी वाटते.’ इतक्यात कोणीतरी त्यांना विचारले की, ‘अहो अत्र्यांची कविता कशी वाटते?’ तेव्हा ते अत्रे यांच्याकडे पाहत हसून म्हणाले, ‘सांगतो. अत्र्यांची कविता अस्वलासारखी आहे. ती प्राण जाईपर्यंत गुदगुल्या करते आणि हसून हसून डोळ्याला पाणी आणते.’

।। काव्य लिहावे की जगावे ।।

एका कवीने एक गोष्ट केली की तशी गोष्ट इतरांनी करायलाच पाहिजे, अशी पुष्कळ कवींची समजूत झालेली असते. एका कवितेच्या डोक्यावर एखादे गूढ ब्रह्मवाक्य घातले की बाकीच्यांनी आपापल्या कवितांच्या डोक्यावर निरर्थक अनुप्रासात्मक वाक्यांचे ओझे दिलेच म्हणून समजा. एकाने कवितेचा शेवट अनुष्टुभाने केला की बाकी साऱ्यांच्या कविता अनुष्टुभवृत्तांत प्राण सोडणार असे नक्की समजावे. एकाने कवितेत अन् शब्द वापरला की बाकीच्यांनी कवितेची अन्नान्न स्थिती करून टाकलीच समजा. तशाच या सणासुदीच्या कविता, एखादा सण आला म्हणजे आमचे कवी सैरावैरा धावू लागतात.

संक्रांत आली की त्यांचा शिमगा सुरू झालाच! दसरा आला की हे घोड्यावर बसून शिलंगणाला निघालेच! प्रेमाचा तीळ घ्या, भक्तीचा पाक घ्या, हृदयाची कढई करा, अन् अशा तऱ्हेने हलवा करा; या हलव्याच्या कविता ऐकल्या की माझ्या अंगावर काटा उभा राहतो. होळीच्या कविता वाचून कोणाच्या अंगाचा भडका झाल्याशिवाय राहणार नाही. होळीवरच्या एकूण एक कविता होळीत टाकण्याच्या लायकीच्या असतात अशी माझी समजूत आहे.

तशाच या मुरलीवरच्या कविता! गोकुळात कृष्णाने जेवढा धुमाकूळ घातला तेवढा हा धुमाकूळ त्याच्या मुरलीने मराठी साहित्यात माजविलेला आहे. जो कवी उठतो तो वितभर लांबीचा लाकडाचा तुकडा श्रीकृष्णाच्या तोंडात अडकवितो आणि सांगतो, 'वाजिव वाजिव कान्ह्या मुरली' आता हा कान्ह्या वाजविणार तरी किती! मुरली वाजवून वाजवून त्याचे ओठ हुळहुळे कसे झाले नाहीत! आधीच बिचाऱ्याचा पाय अधू, त्यात आणखी तोंड वाकडे झाले म्हणजे संपलेच मग! सोळा हजार एकशे आठ गोपींच्यापैकी एकदेखील गोपी त्याला दारात उभी करणार नाही. कवींनी आपली खुळचट अनुकरणप्रियता कमी करायला हवी. स्वतंत्र दृष्टीने व्यासंगपूर्वक काव्याचा विचार करायला हवा.

त्याप्रमाणे चार कविता लिहिल्या म्हणजे आपण कवी झालो ही कल्पना कवींनी सोडून द्यायला पाहिजे, कवी हा सौंदर्याचा प्रचारक व उपासक आहे. तेव्हा कवींनी स्वतःचे आयुष्य सौंदर्यपूर्ण करण्याचा प्रयत्न केला पाहिजे. तर सौंदर्याचा काव्याद्वारे प्रसार करण्याची पात्रता व अधिकार कवींच्या अंगी येईल.

।। दुसऱ्याची! ।।

कवी यशवंतांची ही कविता म्हणजे माणसांच्या सवयींवर मोजक्या शब्दांत टीका करणारी आहे.

दुःखे शीतल वाटती मजला कोणाची? दुसऱ्याची!
टोचत मजशी सुखे चुकासम कोणाची? दुसऱ्याची!
मुले वाटती ओंगळ, वेडी कोणाची? दुसऱ्याची!
गमते सुंदर पत्नी मजला कोणाची? दुसऱ्याची!
चूक भासते खिळ्याएवढी कोणाची? दुसऱ्याची!
चप्पल पायी येते मंदिरी कोणाची? दुसऱ्याची!
सलते दौलत डोळ्यामध्ये कोणाची? दुसऱ्याची!
कारण माझ्या नाशास कृती कोणाची? दुसऱ्याची!

खुमासदार अत्रे । ३१

।। विं. दा. करंदीकरांचे प्रयोग ।।

काव्यक्षेत्रात नवे नवे प्रयोग करण्याची विं. दा. करंदीकरांना दांडगी हौस होती. चित्रातच कविता काढायची, गणितासारख्या साहित्याशी छत्तीसचा आकडा असलेल्या कविता या साहित्यप्रकाराला गणितात बसवायचे असे प्रयोग चालत. बेळगावच्या अ. ह. मिसाळ यांनी या प्रयोगशीलतेचे वाभाडे काढताना 'मृद्गंध' या संग्रहातील दोन काव्यप्रकार वानगीदाखल दिलेत.

.... तव आचरण्या उग्र भयंकर

पिंपळ घेऊन भार शिरावर

उभा राहतो

ए

क

प

दा

व

र

आणि तळाशी एकच छाया

पडते पाया

(भल्या पहाटे)

कवितेचा आशय चित्राप्रमाणे दाखविण्याचा प्रयोग स्मरणीय आहे खरा. कवितेचा आणि गणिताचा काही संबंध आहे का? पण विं. दां. नी दिलेले हे आहे एका काव्याचे शीर्षक

$\sqrt{१}$

लेखक म्हणतो हे भयंकर प्रयोग पाहून कोणीही डोळे मिटून घ्यावे. उद्या विं. दा., वर्तुळ शब्दही गोलाकार लिहितील की काय अशी शंका येते. काव्याचा प्रांत ही रसायनशाळा नाही हे त्यांना समजत नाही का? त्या वेळी लेखकाने विं. दां. बद्दल असे लिहिले तरी पुढे त्यांनी निर्माण केलेले साहित्य हे खासच उच्च दर्जाचे आहे. ते इतके उच्च आहे की त्याला ज्ञानपीठ पुरस्कार प्राप्त झाला.

।। तो रस्ता आणि त्या कविता - इंदिरा संत ।।

बेळगावला खानापूर रस्त्याला टिळकवाडी सीमा रेखली आहे. या सीमेपाशीच या रस्त्यावर प्रवेशद्वार आहे. अगदी त्याला शोभण्याजोगे. दोन प्रचंड वृक्षांची कमान त्या रस्त्याने जाणाऱ्याचे स्वागत करायला अखंड उभी आहे.

'वाटचाल' या कवितेत इंदिरा संत यांनी हा रस्ता शब्दात ओतायचा प्रयत्न केलाय.

त्या कवितेचा काही भाग असा -

वाटचाल तर रोजचीच ही
रोजच मजला चालायची
रोजच माझ्या मनची मोटर
गतीत चढत्या पळावयाची
सुखवस्तूंचे महाल इकडे
इकडे कोंगाट्यांची पाले
इकडे हिरवा माळ तळपतो
इकडे पिवळी लक्ष्मी खेळे
या बाजूस ही रुक्ष कवायित
इथे थबकतो कळप गुरांचा
गजागजांचा तुरुंग येथे
खडा पहारा उभा सदाचा
कळप डोलतो गावकुसावर
खाली निघते धार दुधाची
आणिक माझ्या मनची मोटर
गतीत चढत्या पळावयाची

।। शिरीष पै यांच्या लग्नातली मंगलाष्टके ।।

कवी सोपानदेव चौधरी यांना अत्र्यांनी मुलीच्या लग्नासाठी खास मंगलाष्टके लिहायला सांगितली. पंचवीस जानेवारी त्रेपन्न रोजी झालेल्या शुभविवाहात ती गायली गेली -

वेंची गावकुले गुणी गुणवती
ओवीत दोन्ही कुळा
माला गुंफितसे शिरीष सुमने
श्रीव्यंकटेशा तुला
वीणा लेवून तू सरस्वती जणू
विद्यावती जाणती
प्रीति मंगल जीवनात विलसो
सारस्वतांची युती
विद्याभूषित, शीलवंत, सुगुणी
आणि मनासारखा
लाभे हा तुज पूर्वपुण्य सुकृते
जन्मांतरीचा सखा
हाती हात धरोनिया उभयतां
ध्येयास गाठावया
आता व्हा पुढती करीत प्रगती
कुर्यात सदा मंगलम्

।। राष्ट्रीय मंगलाष्टके ।।

स्वातंत्र्यकाळात स्वातंत्र्य प्राप्तीसाठी साऱ्यांची मने भारावलेली होती. जीवनातील प्रत्येक क्षेत्राला स्वातंत्र्य चळवळीचा स्पर्श झाला होता. २ मार्च, ४७ रोजी नवयुगमध्ये प्रसिद्ध झालेली ही पाहा एक जाहिरात -

---

विवाह समयी म्हणण्यासाठी
राष्ट्रीय मंगलाष्टके
आर्ट कागदावर छपाई. किंमत दोन आणे
व्यापाऱ्यांना आणि प्रचारकांना ३६% कमिशन
आझाद हिंद बुक डेपो, मालाड.

।। मिर्झा गालीब ।।

शृंगार रस हा इतर आठ रसांपेक्षा श्रेष्ठ मानणारा हा कवी होता. त्याचा जन्म १७९६ रोजी आग्रा येथे झाला. विवाहानंतर ते सपत्नीक दिल्ली येथे वास्तव्यास आले. त्यांच्या कवितांच्या रचनांची धाटणी इतर कवींपेक्षा खूपच वेगळी असे. म्हणून तर लोक त्यांच्या रचनेस 'विचित्र' म्हणत. त्यांचा स्वभाव दयाळू व भिडस्त असा होता. त्यांनी एकदा म्हैसूरच्या युवराजांना एक पुस्तक पाठविले. युवराजांनी पुस्तक मिळताच त्या पुस्तकाची किंमत विचारली. त्यावर गालीबने उत्तर पाठविले - 'पुस्तकाच्या किमतीबद्दलची अक्षरे आपल्या लेखणीने कशी लिहविली? गरीब कवीला प्रेमोपहार देण्याची ही रीत नव्हे; मी घोंगड्या विकणारा आहे, पुस्तके विकणारा नव्हे; स्वतंत्र माणसाने जे युवराजांना पाठविले तो नजराणा आहे. युवराजांनी गरीब कवीला पाठविले ते बक्षीस आहे. देण्याघेण्याचा हा प्रश्न नव्हे. तसेच भांडण-तक्रारीचाही नव्हे. मी आपणास तो नजराणा पाठविला आहे.'

पंचक्रोशीतील अन्य कवी, त्यांच्या कविता गालीबकडे पाठवीत. त्यामध्ये सुधारणा करण्याची विनंती करीत. गालीब कोणास नकार देत नसे. त्यामुळे

त्याच्याकडे कवितांचे गठ्ठे दुरुस्तीस येऊन पडत. त्याची तब्येत बरी नसतानाही तो त्या कविता पाहत असे. आर्थिक स्थिती बेताचीच होती. पण १८५७ च्या बंडानंतर त्याचे उत्पन्न दीडशे रुपये झाले. त्या वेळी हे उत्पन्न चांगले होते तरीही पैसे शिल्लक राहत नसत. एकदा गव्हर्नरांकडून त्याला 'खिल्लत' मिळाली. ती विकून त्याने पट्टेवाल्याला बक्षिसी दिली.

मित्रांवर तो प्रेम करीत असे. सरदार घराण्यातील त्याचा एक मित्र एका बंडात धुळीस मिळाला होता. तो भेटायला आला तर अंगावर फक्त चिटाची बंडी होती. त्याने ती काढायला लावली व स्वत:च्या अंगावरील मखमली वस्त्र त्याला दिले.

गालीब रात्रीच्या वेळी मद्य घेता घेता कविता रचत असे. त्या तो आठवून ठेवी. जितक्या कविता तितक्या गाठी तो कमरेच्या शेल्यास मारी. सकाळी आठवणीने तितक्या कविता लिहून काढी.

।। भूपाळी विणकऱ्याची ।।

विणकर समाजाच्या व्यथांकडे लक्ष वेधणारी पुढील भूपाळी -

'घनश्याम सुंदरा श्रीधरा
झोपी कसा गेला ।।
तुझा पितांबर विणणारा हा
आळवितो तुजला ।।
ज्यानी तुला नेसविला सुंदर
जरी धोतर जोडा ।।
तोच तुझा विणकर वस्त्रावीण
आज दिसे उघडा ।।
ज्यांनी तुझा विणला हा शेला
बांधियली पगडी ।।
आज तयांची मुले-बायका
फिरताती उघडी ।।
कसे तुला पहावते माधवा
तारी विणकराला ।।
तुझा पितांबर विणणारा हा
आळवितो तुजला ।।

भगवंताचे पितांबर विणणाऱ्या विणकराप्रमाणेच, भगवंताला दूध पुरविणारा गवळी, भगवंताचे कपडे धुणारा धोबी, भगवंताचे कान टोचणारा सोनार, भगवंताचा पाळणा तयार करणारा सुतार, भगवंताचे केशकर्तन करणारा न्हावी इत्यादींनी भूपाळ्या रचून आपापली गाऱ्हाणी मांडण्यास हरकत नाही.

।। सिगारेट आणि पत्नी ।।

पत्नी - काय म्हणूनी सिगारेट तुम्हा प्यार
सदा अधराने तिला चुंबणार
मीच ऐसे मग पाप काय केले
जवळ येता मज दूर लोटीयले?

पती - तुम्ही दोघी मज सौख्य फार देता
परी वाटे हा भेद एक चित्ता
देह आपुला जाळूनी सौख्य देई
जीव माझा तू घेशी तया पायी!

— जनार्दन केशव रानडे

।। विशाखा ।।

वि. वा. शिरवाडकरांच्या 'विशाखा' काव्य संग्रहाला 'अर्ध्यप्रदान' हे शीर्षक लिहून वि. स. खांडेकरांनी पंधरा पानांची प्रस्तावना लिहिली. या संग्रहाचे परीक्षण सुधाकर सिनकर यांनी केलेय. ते म्हणतात -

'तेजस्वी रत्नहाराचे सौंदर्य कोणास समजावून द्यावे लागत नाही. डोळ्यांना ते आपोआपच जाणवते. रातराणीच्या सुगंधाची कोणी चर्चा करीत नाही. वाऱ्याच्या झुळकेबरोबरच तो आला की मन प्रसन्न होऊन जाते. त्यांच्या कविता अनगड मोत्यासारख्या तेजस्वी असून, त्याची झळाळी नेत्रदीपक आहे. सामाजिक वैषम्यावर हल्ला चढविण्यासाठी त्यांनी लिहिलेल्या हिमलाट कवितेच्या पंक्ती एका एका शक्तिमान शब्दातून उतरल्यात.

श्रीमंत महाली तिथे हिला ना थारा
मखमली दुलया देती मधुर उबारा
डोकावून पळते कापत हीच भरारा
हो काय दरारा कनकाचा भयशाली
हिमलाट पहाटे पहा जगावर आली.

या हिमलाटेपासून संरक्षण करण्याचे सामर्थ्य फक्त अग्निदेवतेत आहे. म्हणून कुसुमाग्रज पुढे म्हणतात -

ज्योतीतून धावत या तेज:कण सारे
या यज्ञातील अन् रस्त्यातील निखारे
रे ढाळ नभा तव ते ज्वालामय तारे
पेटवू द्या वणवा कणाकणात मशाली
हिमलाट पहाटे पहा जगभर आली!

टीकाकारांना उत्तर देताना लेखकाने म्हटलंय

A critic is a legless man who teaches running.

- Chauuing Fallock

हा शेरा खरा वाटतो. वास्तविक कुसुमाग्रजांची कविता वाचल्यावर A picture is a poem without words हे Horace चे वाक्य आठवते. त्याने जे चित्राबद्दल म्हटलेय तेच आपण शब्दांची अदलाबदल करून म्हणू शकतो की - His poem is a picture without brush and colour.

।। बहिणाबाई ।।

सुप्रसिद्ध कवी सोपानदेव चौधरी यांच्या मातोश्री बहिणाबाई चौधरी यांचे काव्य सर्वदूर पोहोचविण्यात 'नवयुग'चा फार मोठा वाटा आहे. बहिणाबाईंची खानदेशी आणि वऱ्हाडी भाषेतील ओवी त्या भागातून घराघरांतून पोहोचली. मी नागपूरला भजनीमंडळातून ऐकलेली खालील ओवी मला १९५२च्या 'नवयुग'मध्ये दिसल्यावर पुन्हा त्या भजनीमंडळींचे भावपूर्ण स्वर कानावर आल्याचा भास झाला.

कशास काय म्हणू नये

बिना कपाशीचे उले । त्याले बोंड म्हनू नही
हरीनामाविना बोले । त्याले तोंड म्हनू नही
नही वाऱ्यानं हललं । त्याले पान म्हनू नही
नही ऐके हरीनाम । त्याले कान म्हनू नही
पाटा येहरी वाचून । त्याले मळा म्हनू नही
नही देवाचं दर्शन । त्याले डोळा म्हनू नही
निजवते भुक्या पोटी । तिला रात म्हनू नही
आखडला दानासाठी । त्याले हात म्हनू नही
नही वळखला कान्हा । तिले गाय म्हनू नही

जिले नही फुटे पान्हा । तिले माय म्हनू नही
येहरीहून ये रिती । तिले मोट म्हनू नही
केली स्वत:ची भरती । त्याले पोट म्हनू नही
अरे, वाटेच्या दोरीले । कधी साप म्हनू नही
इके पोटच्या पोरीले । त्याले बाप म्हनू नही
आली दुधावर बुरी । तिले साय म्हनू नही
जिची माया गेली सरी । तिले माय म्हनू नही
इमानाले इसरला । त्याले नेक म्हनू नही
जन्मदात्याले भोवला । त्याले लेक म्हनू नही
ज्याच्या मधी नाही भाव । त्याले भक्ती म्हनू नही
ज्याच्या मधी नाही चेव । त्याले शक्ती म्हनू नही

।। शेटाणीचे प्रेमपत्र ।।

कवी विहंग यांच्या 'नवयुग'मधील कविता वाचल्या की हास्यकवींना आचार्य अत्रे कसे प्रोत्साहित करीत होते हे ध्यानात येते. 'शेटाणीचे प्रेमपत्र' या नावाची ही कविता -

चित्रपटामधी शेटाणीने रात्री पाहियले -
शकुंतलेने दुष्यंताला प्रेमपत्र लिहिले!
तिचाही जिवलग गेला होता - आपुल्या देशाला -
प्रेमपत्र ती लिहू लागली - 'व्यापारी बाला' -
स्वस्तिक काढून पत्रावरती लिहिले शुभ-लाभ,
प्रेमपत्र, - (छे कृतकर्माचा विचारिते जाब!!)
'मम हृदयाच्या बँकेवरती उघडिलेत खाते
'हुंडी पटली - पावती मिटली - ठाऊक सर्वां ते
'गेल्या वर्षी लग्नाचाही उरकलात सौदा -
'विरह यातना कशास देता मजला या यंदा?
'लग्न जोवरी झाले नव्हते - तेजीची संधी
'लग्न लागता प्रेमालाही आली का मंदी?
'विसरुनी गेला कसा आपुला - प्रीती व्यापार?
'शंका येते असेल त्यांतही काळा बाजार!
'परंतु आता सांभाळावा ढासळता तोल
'प्रितीवरती आहे माझा तुमचा 'कंट्रोल'!
'मुद्दल तुमच्या प्रणयाचे हो जे खर्ची पडले -
'माझ्या जवळी याचे आता व्याज सुरू झाले!
'वधारते जे व्याज प्रीतीचे दिवसा मासांनी -
'लौकर यावे विनवी चरणी - प्रियतम शेटाणी!'

'जो न देखे रवि ते देखे कवि' या उक्तीची प्रचिती आणून देणारे काव्य 'नवयुग'च्या पानापानात ओथंबलेय. वाचकांना सुखद ओलावा देणारे ओयासिसच भासतेय.

।। हास्यलहरी ।।

विनोदाचे तळमळीचे वारकरी म्हणून अत्रे ओळखले जात. त्यांच्या अष्टपैलू व्यक्तिमत्त्वापैकी लोकांना आवडलेला पैलू म्हणजे - विनोदकार.

अत्रे यांनी 'विनोद' या विषयावर भाषण करताना म्हटलंय -

पँडोराची पेटी उघडली गेली, तेव्हा त्या पेटीतून प्रथम सर्व दु:खे बाहेर पडली आणि अगदी सरतेशेवटी 'आशा' बाहेर आली. त्याप्रमाणेच वाङ्मयामध्ये अगोदर

सर्व लेखनप्रकार झाले आणि शेवटी उच्च दर्जाचा विनोद निर्माण झाला असावा. त्यांनी व्याख्यानात पेरलेली उदाहरणे किती समर्पक आहेत पाहा -

तात्यासाहेब केळकर यांनी १९२१ मध्ये व्याख्यान दिले. मुंबईच्या मारवाडी विद्यालयात खूपच गर्दी झाली होती. लोकांनी त्यांना बाहेर येऊन बोलण्याचा आग्रह केला. तेव्हा तात्यासाहेब बाहेर येऊन म्हणाले की, मी आत्ताच आत जे सांगितले तेच बाहेर सांगणार आहे. नाहीतर तुम्ही असे म्हणाल की यांचे आपले आत एक आणि बाहेर दुसरेच असते.

ना. दादासाहेब खापर्डे यांनी एकदा सभेमध्ये शूऽ शूऽऽ करणाऱ्या श्रोत्याला उद्देशून 'येथे सारेच शूमेकर जमले आहेत काय?' अशी कोटी केली.

एक गृहस्थ एका खानावळीत जेवत असत. पुढे काही व्याख्यानानिमित्त त्यांच्यावर राजकीय स्वरूपाचा खटला होऊन त्यांना सहा महिन्याची शिक्षा झाली. सर्व लोक अभिनंदन करण्यास जमले होते. त्यांचे काही स्नेही त्यांच्याशी हस्तांदोलन करून त्यांना निरोप देत होते. शेवटी पोलिसांच्या मोटारीत बसण्याच्या वेळी त्या गृहस्थाने आपल्या एका स्नेह्याला मोटारीजवळ बोलावून सांगितले की, ''अरे, उद्यापासून खानावळीत माझा खाडा सांगा बरं का?''

खेड्यातील एका शाळामास्तरला वर्गामध्ये तंबाखूचा तोबरा भरून कादंबऱ्या वाचत पडण्याची सवय होती. एकदा अशाच कादंबरी वाचनात मग्न असताना 'दिपोटी' आल्याची त्यांना वर्दी आली. तेव्हा घाबरून जाऊन त्यांनी कादंबरी खिडकीतून बाहेर फेकून दिली व तोंडातील पान-तंबाखूचा बोकाणा टेबलाच्या ड्रॉवरमध्ये टाकला. पुढे 'दिपोटी' येऊन खुर्चीवर बसले. त्यांनी हजेरीपत्रक काढण्यासाठी ड्रॉवर उघडून त्यात हात घातला तर काय? त्यांचा हात सबंध रंगून निघाला आणि मग त्या हाताने कोणाचे थोबाड रंगले असेल ते सांगण्याची गरजच नाही.

'नवयुग'मध्ये विविध सदरातून हास्याचे फवारे उडालेले पाहायला मिळतात.

हास्यलहरी
बेळगावहून सांगलीकडे जाणाऱ्या रेल्वेत स्त्रियांच्या डब्यात पुरुषांना बसविले. यावर रेल्वे अधिकाऱ्यांनी दिलगिरी व्यक्त केली.
- पुरुषांना स्त्रियांच्या डब्यात कोंडल्याबद्दल पुरुषांचीच दिलगिरी मागायला हवी!

स्वयंपाकाकरिता प्रामाणिक व व्यवहारकुशल बाई पाहिजे - एक जाहिरात.
- व्यवहारकुशल बाई प्रामाणिक कशी असू शकेल?

कोण हे महत्त्वाचे!

अब्राहम लिंकनला शाळेत त्याचे शिक्षक म्हणाले -

"लिंकन तुझी नुसती खाण्यात प्रगती झालीय. अभ्यासात प्रगती अगदी शून्य."

त्यावर लिंकन म्हणाला -

"खाण्याचे काम मी करतो. अभ्यास मात्र तुम्ही शिकवता!"

।। स्त्री आणि विनोद ।।

- स्त्रियांना जगात किंमत का? कारण त्यांच्या अंगावर दागिने असतात.

- प्रेम म्हणजे वायद्याचा ताप. कुणाला सात दिवस, कुणाला ११ दिवस तर कुणाला ४१ दिवस त्याची बाधा असते.

- एखाद्यावर माड्या चढण्याचा आरोप विनाकारण करू नये. त्याची ओळख तळ मजल्यावरही असू शकते.

पती, पत्नी, प्रेयसी, सासू हे विषय विनोदाला पूरक होते हे तेव्हाच्या 'नवयुग'मधील विनोदी बातम्यांवरून दिसते.

* रत्नागिरी जिल्ह्यातील खेड तालुक्यात ब्राह्मण आळीतील एका विहिरीत गाय पडल्याची खेदजनक बातमी आली आहे. विहिरीत कोणीतरी पडल्याचा आवाज ऐकून आसपासचे बरेच लोक धावत आले!

- ती आपली बायको नसून गायच आहे, असे दिसून आल्यावर बऱ्याच जणांची निराशा झाली!

* महत्प्रयासाने त्या गायीला वर काढण्यात आले. गायीला विशेष दुखापत झाली नाही.

- गायीने सासूच्या छळामुळे जीव देण्याचा प्रयत्न केला असे म्हणतात!
* आपला जीव वाचविणाऱ्या लोकांकडे तिने कृतज्ञतेने पाहिले!
- गाईला माणसांनीच वर काढल्यामुळे सिनेमातल्या हिरोप्रमाणे धावून आलेल्या एका बैलाची निराशा झाली!

।। किल्लीवाचून चालणारे घड्याळ ।।

स्वित्झर्लंडच्या एका शोधकानं किल्लीवाचून चालणारं घड्याळ शोधून काढलं याचं मला आश्चर्य वाटत नाही. स्त्रीचं तोंड सारखं चालायला तरी कुठं किल्ली लागते! सुदैवानं स्त्रीचं तोंड बंद करण्याची कला पुरुषाला तोंडपाठ झाली नसती तर बहिऱ्या लोकांशिवाय इतर कोणालाही या जगात सुखात नांदता आले नसते.

महाराष्ट्रातील काही कवींचे काव्यगायन आणि काही वक्त्यांची भाषणे किल्लीसाठी अडून बसत नाहीत. हा दुर्दैवी अनुभव काही नवा नाही. प्रशांत सागर, मंद वायूलहरी, पाखरांची गोड चिवचिव, चिमुकल्या बाळाला नाजूक करपाशात घेणाऱ्या मातेच्या नेत्रातील पवित्र अश्रू, रमणी वल्लभांना परस्परांच्या सहवासाने वाटणारा स्वर्गीय आनंद, तरुणींच्या मुखावर सुखद आठवणीने तरळणारे गोड हास्य, नभोमंडळातील चंद्र सूर्याचा अहोरात्र चाललेला लपंडाव, असंख्य तारकांचा आकाशात चाललेला अखंड प्रवास, कोमल पुष्पांचे विकसन वगैरे निसर्गाचे व्यापार किल्लीसाठी वाट पाहत बसले असते तर जगातील काव्य आणि आनंद किल्ली न दिलेल्या घड्याळासारखा थांबून राहिला असता आणि पृथ्वी ही रूक्ष सनातन्यांची तपोभूमी झाली असती.

।। रसपान ।।

पुण्यात रसपान ही एक बडी सामाजिक संस्था झाली आहे. कोणत्याही जंगी समारंभाचे गोड पर्यावसान आठ-दहा आण्यांच्या रसपानाने सहज होते; परंतु काही फंडांच्या हिशेबाप्रमाणे गुऱ्हाळाची व्यवस्था कधीच चोख नसते. विशिष्ट कल्पनेच्या खुंटाभोवती फिरणाऱ्या सनातन्याप्रमाणे तो निर्बुद्ध बैल, चरकातून निघणारे काव्यगायनासारखे कर्णकटू संगीत, तेथे असलेल्या असंख्य माश्या आणि 'गलास शाप' करण्यासाठी उपयोगात आणले जाणारे ते भयंकर फडके या सर्व गोष्टी लक्षात आल्या म्हणजे पुण्यातील सर्व गुऱ्हाळांवर नगरपालिकेची सक्त नजर असणे किती

४४ । खुमासदार अत्रे

आवश्यक आहे याची कल्पना येते. भर वस्तीत वस्ती करून असणाऱ्या गुऱ्हाळांच्या कऽऽर्रऽर्र अशा आवाजाने शांतताप्रिय नागरिकांना इतका अहोरात्र त्रास होतो की माझ्या एका मित्राला गुऱ्हाळाचा 'गोड' शेजारही काही दिवसांपूर्वी सोडावा लागला. उन्हाळ्यात टायफॉइडची साथ पुण्यात येते असे म्हणतात. त्याला येथील रसपान अंशत: तरी कारणीभूत होत असल्यास नवल नाही. सार्वजनिक हॉटेलातील रेडिओचा उपद्रव अजूनही कमी झाला नाही. तेव्हा गुऱ्हाळांकडे योग्य अधिकाऱ्यांचे लक्ष जाईल असे वाटत नाही.

।। बहिऱ्या कानाचा उपयोग ।।

भारताचे गव्हर्नर जनरल श्री राजगोपालाचारी यांनी आपल्या डाव्या कानाची मनोरंजक कथा सांगितली आहे. उस्मानिया विद्यापीठाच्या विद्यार्थ्यांपुढे बोलताना राजाजी म्हणाले, "माझा डावा कान बहिरा आहे, पण मी त्याचाही फायदा करून घेतो. कोणी माझ्याबद्दल अप्रिय बोलू लागला की मी त्याच्याकडे डावा कान करतो. गडबड असलेल्या जागी झोपण्याचा प्रसंग आला तर गडबडीच्या दिशेला डावा कान करून मी खुशाल झोप घेतो.

।। तुकारामांनी लिहिलेल्या हास्यकथा ।।

म्हातारीचे पंढरपूर - पंढरपूरला जायला निघालेली म्हातारी सुनेला म्हणाली - "ऐकलंस का गे सूनबाई, म्हटलं दूध आणि दही जपून खर्च कर. नाहीतर तुझ्या हाताला नाही सुमार. तू वाट्टेल तसे खर्च करून टाकशील. अन् हे बघ तो डेरा मी लिंपून ठेवला आहे. तो मी परत आल्यावाचून उघडू नकोस. अन् ते खिरीचे मळवट त्या मडक्यात तोंड बांधून ठेवले आहे. ते पण मी आल्यावाचून फोडू नकोस. अन् उखळ, मुसळ, जाते नीट जपून वापर. नाही तर मी गेल्यावर तुम्ही वाटेल तसे वापराल. मला आपली त्यांची नसती काळजी लागून राहिली आहे. अन् तो भटजी येईल त्याला म्हणावं की मी गेले पंढरपूरला, अन् बरं का सूनबाई वेळच्यावेळी जेवत जा, म्हणजे बेतानं खात जा. नाहीतर हल्लीचे दिवस आहेत कडू काळ."

सूनबाई म्हणाली, "सासूबाई तुम्ही मागची काही काळजी करू नका बरं. अगदी सुखानं यात्रेला जा आणि पुण्य जोडून या."

यावर सासूबाईला वाटले सुनेच्या मनात वेगळेच आहे आणि तिने जाण्याचा बेतच रद्द केला!

।। स्मरणशक्ती ।।

एका सुप्रसिद्ध सिनेमानटीने लग्न केले. ती बातमी वर्तमानपत्रामध्ये मोठमोठ्या मथळ्याखाली प्रसिद्ध झाली. त्याबद्दल कोणीतरी दोघे एकमेकांत गप्पा मारीत असता एक जण दुसऱ्यास म्हणाला, ''माहीत आहे का तुला? अरे लग्न होण्यापूर्वी त्या नटीने आपल्या भावी यजमानाला आपल्या मागील आयुष्यातल्या सगळ्या भानगडी खडा न् खडा सांगून टाकल्या!''

''काय म्हणतोस!'' दुसरा आश्चर्याने डोळे वासून उत्तरला. ''विलक्षणच छातीची असली पाहिजे ती नटी!''

''ते तर खरंच, पण मी म्हणतो तिची स्मरणशक्ती किती जबरदस्त असली पाहिजे!'' पहिला कौतुकाच्या स्वरात उद्गारला!

।। जिराफाची मान ।।

भूगोलाचे मास्तर वर्गात आफ्रिकेचा भूगोल शिकवत असता, आफ्रिकेत आढळणाऱ्या निरनिराळ्या प्राण्यांची आणि पशूंची चित्रे मुलांना दाखवित होते. दाखविता दाखविता त्यांनी जिराफाचे चित्र वर्गासमोर धरले आणि हसून म्हणाले, ''मुलांनो, पाहिलात हा प्राणी? किती लांब आणि उंच आहे. बघा याची मान! असा विचित्र प्राणी दुसऱ्या कोठल्याही खंडात आढळून येणार नाही!''

जिराफाचे ते चित्र पाहून सारी मुलं आश्चर्यचकित झाली. कारण इतक्या लांब मानेचा चमत्कारिक प्राणी त्यांनी कधीच पाहिला नव्हता. चिमुकल्या चिंतूच्या मनावर त्या चित्राचा फारच परिणाम झाला, आपल्या जागेवरून तो उठून उभा राहिला आणि गंभीर चेहरा करून त्याने मास्तरांना विचारले, ''पण मास्तर मला हे कळत नाही. या जिराफाची मान इतकी लांब काय म्हणून?'' तेव्हा मास्तर हसून ताबडतोब म्हणाले, ''हात् वेड्या इतकी साधी गोष्ट तुला का कळत नाही? अरे या जिराफाचे डोके त्याच्या शरीरापासून अतिशय लांब असल्याकारणाने परमेश्वराला त्याची मान लांब करणे भागच पडले. न करून करतो काय तो! कळले आता?'' वर्गातल्या साऱ्या मुलांनी ताबडतोब माना डोलावल्या. चिंतू डोके खाजवित खाली बसला.

४६ । खुमासदार अत्रे

।। बाताराम आणि वाघ ।।

बाताराम आणि त्याचे दोन मित्र जंगलामध्ये भटकत असता हिंडत हिंडत ते मनुष्यवस्तीपासून अतिशय दूर गेले आणि रस्ता चुकले. परत कसे यावे हे काही त्यांना कळेना. अशा परिस्थितीत त्यांनी त्या जंगलात तीन दिवस आणि तीन रात्री घालविल्या. चौथ्या दिवशी त्यांना त्या जंगलात एक झोपडी आढळली, पण त्या झोपडीत कोणीच राहत नव्हते. हिंडून हिंडून ते अतिशय दमलेले होते. तेव्हा त्यांनी झोपडीत मुक्काम करायचे ठरविले. थंडी-वाऱ्यापासून आणि श्वापदांपासून रक्षण करून घेण्यासाठी जंगलातील निवारा म्हणून त्यांना त्या झोपडीचा उत्तम उपयोग झाला. तथापि अन्न नाही, पाणी नाही. अशा स्थितीत आणखी एक-दोन दिवस त्यांनी त्या झोपडीत कसेबसे काढले. मग मात्र त्यांची क्षुधा अनावर झाली. आता जर आपल्याला खायला काही मिळाले नाही तर आपण जगणे शक्य नाही, असे त्यांना वाटले. तेव्हा बाताराम आपल्या दोन मित्रांना म्हणाला, "मित्रहो, तुम्ही स्वस्थ या झोपडीमध्ये बसा. मी जंगलातले एखादे तरी जनावर मारून तुमच्यासाठी खायला घेऊन येतो. मग वाघ जरी मारायची मला पाळी आली तरी बेहत्तर आहे! पण काहीतरी तुम्हाला घेऊन आल्यावाचून राहणार नाही." असे म्हणून भक्ष्याच्या शोधार्थ तावातावाने बाताराम झोपडीतून बाहेर पडला. तो जंगलात जायला आणि तिकडून भुकेने वखवखलेला एक भयंकर वाघ यायला एकच गाठ पडली. बाताराम दृष्टीस पडताच वाघाने एकदम डरकाळी फोडली आणि जबडा वासून तो बातारामच्या अंगावर धावून आला. तेव्हा बाताराम जीव घेऊन झोपडीकडे पळत सुटला. बाताराम पुढे पळतोय आणि वाघ मागून धावतोय! कसाबसा बाताराम झोपडीच्या दाराशी पोहोचला, पण उंबरठ्यावर ठेच लागून तो सपशेल पालथा पडला. वाघाने मागून जी एकदम झेप घेतली तो बाताराम खाली पडल्यामुळे त्याच्या अंगावर न पडता तो दारातून थेट झोपडीत जाऊन आदळला. त्याबरोबर बातारामने टणकन् उडी मारून झोपडीचे दार लावून घेतले आणि आत असलेल्या आपल्या दोन मित्रांना तो ओरडून म्हणाला, "दोस्तहो! या वाघाचे कातडे सोलून त्याला तुम्ही नीट कापून ठेवा, तोपर्यंत मी दुसरा वाघ घेऊन आलोच!" असे म्हणून बातारामने मागल्या पावली जो सुंबाल्या ठोकला तो पुन्हा काही तेथे परत आलाच नाही!

खुमासदार अत्रे । ४७

।। बोलघेवड्याच्या शेंगा ।।

'पुण्यातील चाळीस सालातील सायकली' या सदरात लेखक म्हणतो -

पुण्याच्या रस्त्यावरून सैरावैरा धावणाऱ्या सायकलींची मला फार भीती वाटते. रस्त्याने जाताना डावा-उजवा असा क्षुद्र भेदभाव करण्याइतक्या क्षुद्र वा चोखंदळ वृत्तीच्या त्या नाहीत. मला तर त्यांची इतकी दहशत बसली आहे की मी घरच्या गॅलरीतसुद्धा भीतभीतच उभा राहतो. हृदयाप्रमाणेच सायकलीही या पुण्यात पदोपदी चोरीला जातात. येथील सायकली अगदी बेभरवशाच्या असतात. पूर्वी थोर लोक पुण्यातील म्युनिसिपालटीच्या दिव्याखाली अभ्यास करीत होते म्हणतात. महाराष्ट्रातील म्युनिसिपालटीच्या दिव्याखाली अभ्यास करता येतो ही नवलकथा सोडली, तर त्या काळी आजच्या सारख्या सायकलींचा सुळसुळाट असता तर थोर लोकच काय, पण त्यांच्या 'ह्यांना' सुद्धा रस्त्यात उभे राहून अभ्यास करता आला नसता. पुण्यात आजकाल रानडे, टिळक, गोखले का निर्माण होत नाहीत, याला कारण हे भयंकर सायकलस्वार असण्याचा संभव आहे!

।। चोरांचे संमेलन ।।

सार्वजनिकरीत्या सभेला हसायला शिकवले ते आचार्य अत्रे यांनी. त्यांच्या पूर्वीच्या विनोदकारांवरही 'नवयुग'मध्ये त्यांनी खुसखुशीत लिखाण केले. श्रीपाद कृष्ण कोल्हटकरांच्या विनोदाबाबत ते लिहितात -

श्रीपाद कृष्ण कोल्हटकर हे आपल्या हयातीतच विस्मृतीप्राय झाले होते. एकदा एका शाळेला भेट देण्यासाठी ते गेले असताना एका वर्गात त्यांनीच लिहिलेल्या एका लेखाचा पाठ चालला होता. त्या वेळी श्रीपाद कृष्णांनी मुलांची गंमत करावी म्हणून त्यांना सहज

विचारले की, ''मुलांनो हा धडा लिहिणारे श्रीपाद कृष्ण कोल्हटकर कोण आहेत बरे?''

तेव्हा एक धीट मुलगा उभा राहून ताडकन उत्तरला, ''ते गेल्या पिढीतील एक नामांकित लेखक होते. त्यांना मरून आता पुष्कळ वर्षे झाली!'' अधिक प्रश्न न विचारता कोल्हटकरांनी हळूच त्या वर्गातून काढता पाय घेतला.

श्रीपाद कृष्ण कोल्हटकरांचे 'सुदाम्याचे पोहे' आणि 'साहित्य बत्तिशी' ही पुस्तके लोकप्रिय झाली. आचार्य अत्रे त्यांना मराठी साहित्यातील विनोदपीठाचे आद्य शंकराचार्य असे संबोधत असत.

समाजातील विसंगत नमुने त्यांनी वाचकांपुढे आणले. उदाहरणार्थ, कोर्टातला साक्षीदार! हा नवीन प्राणी इंग्रजी अमदानीमध्ये जन्माला आला. श्रीपाद कृष्ण हे व्यवसायाने वकील असल्याने या इरसाल प्राण्याचे त्यांना रोजच्या रोज कोर्टात दर्शन होत असे. म्हणून त्यांना त्याच्या अद्भुत लीला प्रत्यक्षच पाहण्यास मिळत. कोणतीही गोष्ट कुठेही, केव्हाही, नव्हे अगदी मध्यरात्रीच्या अंधारात आणि कड्याकुलपाच्या आत जरी घडली असली तरी त्या वेळी आपण तेथे हजर होतो, असे प्रतिज्ञेवर सांगणारा एखादा तरी साक्षीदार मिळू शकतोच शकतो.

त्याच्या उलट एखाद्या माणसाचा खून भर दिवसा बाजारपेठेत शेकडो लोकांच्या देखत एखाद्या माणसाने केला असला तरी सदर खुनी माणूस त्या दिवशी आणि त्या वेळी त्या ठिकाणापासून दोनशे मैल असलेल्या एखाद्या गावी आपल्या मुलीच्या लग्नाचे देवक बसवीत होता, असे छातीवर हात मारून सांगणारे दहा साक्षीदार कोर्टाच्या समोर उभे करता येतात. खऱ्याचे खोटे आणि खोट्याचे खरे करणे हा साक्षीदाराच्या हातचा नुसता मळ आहे. साक्षीदाराच्या अलौकिक लीलांचे वर्णन करताना कोल्हटकर लिहितात, 'एकदा तर एका मुसलमान साक्षीदाराने एका हिंदूच्या लग्नप्रसंगी हजर राहून अंतरपाट धरल्याचेही शपथेवर सांगितले.'

हा प्राणी नुसता सार्वजनिक प्रसंगीच हजर असतो असे नाही, तर दुसऱ्यांचा एकांत चालला असतानाही हजर राहण्याची याची तयारी असतेच. नवरा-बायकोचा प्रेमळ संवाद, खुनी लोकांची कारस्थाने इ. प्रसंगी त्या त्या प्रसंगाच्या प्रत्यक्ष वाटेकऱ्याशिवाय दोघे जण तेथे हजर असतात. एक परमेश्वर नि दुसरा साक्षीदार!

एखादा साक्षीदार रात्रीची सहल करण्यास निघाला असता जर अंधारात एखादे क्रौर्यकर्म चाललेले असेल तर स्वच्छ आकाशातसुद्धा वीज चमकून ते कर्म त्याच्या नजरेस आलेच म्हणून समजावे. पंचमहाभुतांप्रमाणे इतर मनुष्यप्राणीही साक्षीदारास वश असतात. कधी कधी चोराने घरात शिरून कडी लागली असताही साक्षीदाराची चाहूल लागताच त्याने कडी काढून व त्याला आत घेऊन नंतर त्याला साक्षी ठेवून चोरी केल्याचे आमच्या ऐकण्यात आहे.

खुमासदार अत्रे । ४९

साक्षीदार जितका नम्र आणि मितभाषी असतो आणि 'होय' किंवा 'नाही' च्या पलीकडे जाण्याची ज्याची तयारी नसते. त्याच्या उलट फेरतपासणीच्या वेळी त्याच्या स्वभावात एकदम एवढा पालट होतो की तो वकिलांचीच उलटतपासणी घ्यायला लागतो. फेर तपासणीच्या वेळच्या प्रश्नोत्तरांचा हा इरसाल नमुना कोल्हटकरांनी दिलेला आहे तो वाचण्यासारखा आहे.

प्रश्न - तुम्हाला चार बायका होत्या की काय?

उत्तर - सगळ्यांना चार बायका असतातच की काय?

प्रश्न - पहिली बायको मेली वाटते?

उत्तर - मरू नये तर तिने काय करावे?

प्रश्न - तिच्यापासून तुम्हाला एक मुलगा झाला होता ना?

उत्तर - माझ्यापासून होऊ नये तर काय - हे सबंध उत्तर निघण्यापूर्वीच कोर्टात एवढा हशा उसळतो की, त्या पुरात वकील कुठल्या कुठे वाहून जातो.

ठिकठिकाणी छापखाने सुरू झाले आणि छापखान्यामधून वर्तमानपत्रांचे, मासिकांचे आणि ग्रंथांचे भरमसाट पीक पैदा होऊ लागले. वर्तमानपत्रे कोणी काढायची आणि ग्रंथलेखन कोणी करायचे याला काही धरबंधच नाही. कोणत्याही शहराच्या नावापुढे 'वैभव' किंवा 'समाचार' हे शब्द जोडले की झाले वृत्तपत्राचे नाव आणि अशा वृत्तपत्राच्या संपादकाला जेव्हा त्याचे वाचक किंवा लेखक पत्रकर्तेराव अशा नावाने संबोधू लागत तेव्हा त्याला आपले डोके स्वर्गाच्या आढ्याला लागल्याचा भास झाल्यावाचून राहत नसे. या पत्रकर्तेरावांचे पूर्वीचे शिक्षण किंवा व्यवसाय काय असे याचे अत्यंत विनोदी वर्णन कोल्हटकरांनी केले आहे. एकदा एका मिठाईवाल्याने वर्तमानपत्र काढले. ते त्याला का काढावे लागले याची हकिकत कोल्हटकरांच्या शब्दातच सांगितलेली बरी -

'हळू हळू माझ्या दुकानाची विक्री वाढत चालली. ती शेवटी इतकी वाढली की पुडे बांधण्यास रद्दी कागद मिळण्याची मारामार पडू लागली. ही जी कागदांची टंचाई पडू लागली तिच्यामुळे वर्तमानपत्र काढण्याचा विचार प्रथमत: माझ्या मनात आला. तेव्हापासून तो माझ्या मनात सारखा घोळू लागला. शेवटी वर्तमानपत्रात मला फारशी प्राप्ती झाली नाही तरी त्यात मला माझ्या मिठाईच्या दुकानाची जाहिरात देता येईल, वर्तमानपत्रांचे अंक पुडे बांधण्यास उपयोगी पडतील व अशा प्रकारे एका कामात दोन कामे साधतील असा मी विचार केला व अमलातही आणला.'

कलकत्त्यास भरणाऱ्या राष्ट्रीय सभेच्या बैठकीच्या अध्यक्षांचे भाषण एका मुंबईच्या पत्रकाराने 'आमच्या खास बातमीदाराकडून मुद्दाम तारेने आलेली बातमी' असा वर मथळा घालून आणि त्या भाषणात मधून मधून हशा, टाळ्या, शब्द पेरून आपल्या पत्राच्या जादा पुरवणीत त्याच दिवशी प्रसिद्ध करून टाकली, पण त्याच

संध्याकाळी राष्ट्रीय सभेची बैठक दोन दिवस लांबली, अशी जेव्हा बातमी आली तेव्हा मशारनिल्हे संपादकाच्या फजितीला पारावार राहिला नाही. अध्यक्षांच्या सर्व भाषणात त्याने टाळ्या आणि जो हशा सढळ हाताने पेरला होता, तो त्याला स्वत:लाच सव्याज अनुभवायला मिळाला.

आपली वृत्तपत्रे जास्तीत जास्त मनोरंजक करण्यासाठी त्या वेळचे वृत्तपत्रकर्ते नाना तऱ्हेच्या कपोलकल्पित बातम्या छापत असत. त्याचे कोल्हटकरांनी मोठे मार्मिक विडंबन केले आहे.

१. अमेरिकेत क्युमेलो या गावी एका बाईस तीन तोंडाचे एक मूल झाले. त्याच्या सर्वांगावर केस असून, एका कपाळावर तोंडाच्या मधोमध शेपटी होती. मूल एक तासभर जिवंत होते. रावणाच्या अस्तित्वाविषयी संशय बाळगणाऱ्या सुधारकांची तोंडे या तितोंडी प्राण्याने बंदच करून टाकली म्हणायची!

२. लंबेडो येथे एक धरणीकंपाचा धक्का बसला. त्यामुळे जमिनीला जी मोठी एक भेग पडली तिच्यातून शेषाचे एक मस्तक दिसत होते. शेषाच्या मस्तकावरील मण्यामुळे त्या भेगेत चोहोकडे प्रकाश झाला होता. याउपर आपली पुराणे खोटी आहेत असे म्हणण्याचे धाडस कोण करील?

त्या वेळच्या वृत्तपत्रातून औषधाच्या जाहिराती मोठ्या प्रमाणावर प्रसिद्ध होत. त्यांचीही कोल्हटकरांनी खूपच टर उडवली आहे. 'नारूवर वस्ताद', 'हॅलोवेचे मलम', 'इसबावर रामबाण औषध' या औषधांनी रोग्यांच्या जखमा कितपत भरून येतात हे सांगणे कठीण आहे, पण पत्रकर्त्यांच्या पिशव्या मात्र खात्रीने भरतात. कोडावरील मलमाच्या जाहिरातीने कोड बरे होते की नाही माहीत नाही, पण ती जाहिरात पत्रात ज्या ठिकाणी छापलेली असते तेथली 'पांढरी जागा' मात्र निश्चित कमी होते!

त्या काळात संपादक कारागृहात गेल्यावाचून त्याच्या पत्राला लोकप्रियता प्राप्त होत नसे. या समजुतीचा उपहास कोल्हटकरांनी पुढीलप्रमाणे केला आहे.

'आजपर्यंत मी कैदेत जाण्याकरिता दोन-तीन वेळा संभावित लोकांची अब्रू तिखटमीठ लावून चव्हाट्यावर आणली पण व्यर्थ. त्यांनी मजवर अब्रुनुकसानीची फिर्याद आणली नाही. आता यापुढची पायरी म्हणजे चोरी होय. तिच्यात मला हटकून यश येणार असा माझा होरा आहे. चोरी पचलीच तर मी डबोले हाती घेऊन सुखी होईन. जर उघडकीस येऊन खटला झाला आणि कैदेत जावे लागले तर माझ्या पत्राचे वर्गणीदार वाढतील!'

संमेलनबाजीचे अत्यंत प्रभावशाली विडंबन कोल्हटकरांनी 'चोरांचे संमेलन' या लेखात केले आहे. संमेलनासाठी चोरांनी त्यांच्याच गावाची निवड का केली याचे त्यांनी मोठे मनोरंजक कारण दिले आहे. ते म्हणतात, संमेलनाच्या बैठकीचा मान

खुमासदार अत्रे । ५१

आमच्याच गावाला मिळण्याचे कारण असे की, आमचे गाव हिंदुस्थानाच्या मधोमध कंबरपट्ट्याप्रमाणे असलेल्या विंध्याद्री पर्वताच्या रांगेत वसलेले असल्यामुळे उत्तरेकडील आणि दक्षिणेकडील चोरांना एकत्र जमण्यास आणि वेळप्रसंगी पहाडात पळून जाण्यास सारख्याच सोईचे आहे.

संमेलनासाठी चमत्कारिक चेहऱ्यांचे आणि संशयित वर्तनाचे अनेक अनोळखी प्रतिनिधी एकाएकी जेव्हा गावातून वावरू लागले तेव्हा त्या संमेलनाची वार्ता ग्रामस्थांना प्रथम समजली. चोरांचे संमेलन भरण्यापूर्वी गावामध्ये चोराचोरीचे वातावरण कसे निर्माण झाले होते आणि त्याचा ग्रामस्थांच्या चारित्र्यावर कसा परिणाम झाला होता, तेही वर्णन कोल्हटकरांच्या शब्दामध्ये वाचण्यासारखे आहे.

'माझ्या पहिल्या चोऱ्या अल्पस्वरूप असत. उदाहरणार्थ, एखादा चोर जवळून चालला असता मी नुसते अंगच चोरावे. नंतर मी स्वत:च्याच पैशाची चोरी करू लागलो. म्हणजे असे की, या पेटीतला पैसा त्या पेटीत ठेवावा आणि त्या पेटीतला दागिना या पेटीत दडवावा आणि हे कृत्य चालले असताना कोणी मजकडे पाहत आहे की काय म्हणून चोहोकडे सभय दृष्टीने पाहावे. होता होता बंडूनानांच्या घरचा फाटका जोडा चोरण्यापर्यंत मी मजल मारली, पण तोही जोडा वास्तविक माझाच असून, बंडूनानांनी माझ्याच घरून पळवला होता. यामुळे गावातील सारेच लोक चोर बनल्यापासून चोरीपासून कोणाचेही नुकसान होईनासे झाले. कारण एकाने दुसऱ्याचे पागोटे चोरले की त्याने त्याचा रुमाल लांबवून फिटंफाट करून घ्यावी.' गावातल्या लोकांचे रुमाल आणि पागोटी - जशी चोरीला जाऊ लागली तसे संमेलनाच्या मांडवाचे, छताचे आणि झालरीचे काम सुरू झाले.

संमेलनाचे अध्यक्ष सपाट्या भिल्ल यांची ओळख करून देताना स्वागताध्यक्ष संभ्या रामोशी म्हणाले, 'आमच्या अध्यक्षांचा प्रत्येक पूर्वज दरोड्यात सापडून फासावर लटकत आलेला आहे. फाशी जाण्याची चाल वंशात पिढीजात चालत असल्यामुळे त्यांच्या कुळात जन्मलेल्या प्रत्येक मुलाच्या गळ्याभोवती जन्मापासूनच एक करकोचा पडलेला असतो. अध्यक्ष महाराजांना अगदी बालपणापासून चोऱ्या करण्याची सवय आहे. आई त्यांना घेऊन जेव्हा पाजायला बसे तेव्हा त्यांनी तिच्या गळ्यातील दागिनेच पळवावेत. नुकताच त्यांच्यावर जन्मठेप शिक्षेचा प्रसंग आला होता, पण वकिलाच्या कौशल्यामुळे ते वाचले. त्यासाठी वकिलांना त्यांनी पन्नास हजार रुपये बक्षीस दिले. अर्थात हे रुपये त्याच वकिलाच्या घरी चोरी करून त्यांनी पूर्वी कमावले होते.

'चोरांच्या संमेलना'त जे निरनिराळे ठराव पास झाले तेही मोठे मनोरंजक आहेत. रात्रीच्या वेळी गावात आणि बोगद्यात आगगाडी जात असताना डब्यात दिवे न लावण्याची विनंती त्यांनी म्युनिसिपालट्यांना आणि रेल्वे कंपन्यांना एका ठरावाने

केली. तर चौर्यकर्म करताना दोरी, शिडी, कानस, कुऱ्हाड वगैरे जे सामान वापरायचे असते ते प्रत्येक चोराने स्वदेशीच वापरावे. परदेशी मालावर बहिष्कार टाकावा. एवढेच नव्हे तर चोरी करायची तर गोऱ्या लोकांची न करता या देशातील रहिवाशांचीच करावी, अशी दुसऱ्या ठरावाने शिफारस केली तर तिसऱ्या ठरावाने दारू पिऊन चोरी केल्यास पुष्कळदा यश येत नाही, म्हणून मद्यपानाचा जोराने निषेध करण्यात आला.

प्रत्येक ठराव टाळ्यांच्या गजरात जेव्हा पास होई, तेव्हा टाळ्या वाजवण्यात हात गुंतलेले आहेत असे पाहून वस्ताद चोर शेजारच्या खिशातल्या जिनसा लांबवित. अशा रीतीने चार दिवस काम चालवून एकदाचे संमेलन संपले.

संमेलनाचे प्रतिनिधी आपापल्या गावी जायला जेव्हा निघाले तेव्हा त्यांना पोहोचविण्यासाठी आणि निरोप देण्यासाठी गावकरी मंडळी वेशीपर्यंत गेली. शेवटची प्रेमालिंगने देतानासुद्धा संमेलनाच्या प्रतिनिधींनी गावकऱ्यांच्या अंगावरचा जेवढा माल लांबविता येईल तेवढा लांबविण्यास कमी केले नाही. अशा रीतीने 'चोरांच्या संमेलना'मधील प्रतिनिधींना निरोप देऊन जड अंत:करणानी आणि हलक्या खिशानिशी गावकरी घरोघर परतले.

।। अत्र्यांना स्पर्श! ।।

सातारा येथे एकोणीसशे साठमध्ये मराठी साहित्य संमेलन भरले होते. संमेलनाची जागा न्यू इंग्लिश स्कूल म्हणजे आमचीच शाळा होती. मी संमेलनासाठी स्वयंसेवक म्हणून नाव नोंदवलं होतं. संमेलनात शाहीर अमर शेख हातात छोटीशी कुऱ्हाड घेऊन फिरत होते. त्या कुऱ्हाडीच्या पात्याला वाघाच्या कातड्याचं सुबक आवरण होतं. वसंत बापट व मंगेश पाडगावकरांच्या सह्या घेतल्या. आचार्य अत्रे बसले होते तिथे गेलो. मित्राला म्हटलं, ''हे बघ मी अत्र्यांना हात लावतो. पुढं केव्हाही अत्र्यांचा विषय निघाला की म्हणता येईल मी अत्र्यांना स्पर्श केलाय.'' त्याच दिवशी साहित्य संमेलनात 'साहित्यातील अश्लीलता' या विषयावर परिसंवाद सुरू झाला. काकासाहेब गाडगीळ अध्यक्षस्थानी होते. काकासाहेबांचं बोलणं झाल्यावर अत्रे बोलायला पुढे आले. माईकची उंची भरपूर वाढविण्यात आली आणि अत्रे बोलण्यापूर्वीच श्रोत्यांत हास्याची लहर पसरली. अत्रे बोलायला सुरुवात करताच श्री. के. क्षीरसागर म्हणाले, ''कार्यक्रम पत्रिकेप्रमाणे माझा नंबर आहे. मी बोलणार.'' काकासाहेबांनी अत्र्यांना खाली बसायला सांगितले. अत्र्यांना राग आला. श्री. के. क्षी. म्हणाले की, एखादी गोष्ट अश्लील का श्लील हे ती पाहणाऱ्याच्या दृष्टिकोनावर अवलंबून

खुमासदार अत्रे । ५३

असते. एक स्त्री स्नानगृहात स्नान करत आहे. जवळपास कोणी नसल्याने तिने दार फक्त ओढून घेतले आहे, पण दाराचा काही भाग उघडा राहिला आहे. तिथे त्या स्त्रीने अंघोळ करणे यात काहीच अश्लील नाही, पण एखादा गृहस्थ समोरून त्या स्त्रीला अंघोळ करताना पाहत असेल तर ते अश्लील होय. अशा स्वरूपाचं ते काही सांगत होते. मी इयत्ता नववीमध्ये होतो, पण सारं समजून घेत होतो. श्री. के. क्षीं. च्या व्याख्यानानंतर आचार्य अत्रे बोलायला उभे राहिले. एक हात कमरेवर ठेवून त्यांनी भाषणाला सुरुवात केली. ते म्हणाले की, "साहित्यातील श्लील काय अन् अश्लील काय ते आपण नंतर पाहू. प्रथम इथे जमलेल्या तमाम मराठी बंधू-भगिनींनो हे ठरवू या की, या वयात श्री. के. क्षीरसागर यांनी स्त्रीला स्नान करताना पाहावं का?" यावर श्री. के. क्षीं.नी कपाळाला हात लावला. साऱ्या सभामंडपात हास्यकल्लोळ उडाला. असे पहिल्या वाक्यात सभा जिंकणारे होते अत्रे! व्याख्यानानंतर संध्याकाळी महामहोपाध्याय दत्तो वामन पोतदार विचारत होते, "काय बाबूराव रात्रीच्या जेवणाची काय व्यवस्था!" त्यावर अत्रे त्यांना म्हणाले, "तुम्ही काय झाडपाला खाणार. तुम्हाला कशाला लागते व्यवस्था?" अशी थट्टा मस्करीही चाललेली. स्वयंसेवक असल्यानं हे सारं जवळून अनुभवता आलं. साहित्यिकांची जवळीक ही साहित्याशी मैत्री वाढवायला कारणीभूत होते.

।। नवयुग - साहित्याची रेलचेल ।।

कालांतराने नावारूपाला आलेले असंख्य लेखक सुरुवातीलाच 'नवयुग'मध्ये लिहीत असत. कुसुमाग्रज, शांताबाई शेळके, पां. वा. गाडगीळ, प्रभाकर पाध्ये हे सातत्याने 'नवयुग'साठी लिहीत होते. गंगाधर गाडगीळांच्या सुरुवातीच्या काही कथा 'नवयुग'मध्ये प्रकाशित झाल्या. अमर शेख यांच्या साहित्याला प्रसिद्धी देऊन आचार्य अत्रे यांनी त्यांना जनतेसमोर आणले. नवयुग केवळ वृत्त देणारे पत्र नव्हते. केवळ राजकीय मते मांडणारे पत्र नव्हते. त्यामध्ये ललित वाङ्मय आणि नाट्य, कला या संबंधीचे साहित्य होते. ते असले पाहिजे असा आचार्य अत्रे यांचा आग्रह होता. अत्र्यांच्या कन्या सुप्रसिद्ध साहित्यिक शिरीष पै या १९५३ ते १९६१ पर्यंत 'नवयुग'मधील वाङ्मयीन भाग पाहत होत्या.

दलित लेखकांना 'नवयुग'मध्ये मानाचे स्थान दिले गेले. शंकरराव खरात, बाबूराव बागुल, अण्णाभाऊ साठे यांच्या दलित साहित्याचा समावेश 'नवयुग'ने केला. अत्रे हे सामाजिक क्रांती आचरणात आणून दाखविणारे होते.

हल्ली साप्ताहिकात केवळ दोन पानात बसेल एवढे साहित्य असते. बाकी सर्व

राजकारण, साप्ताहिक भविष्य, रुचकर पदार्थ, नव्या फॅशन्स असली सदरे असतात. 'नवयुग'ने दीर्घ काळ स्मरणात राहील असे साहित्य लोकांपर्यंत नेले.

।। बायकांची मराठी, शुद्ध मराठी ।।

मराठीची तोडमोड केलेली अत्र्यांना अजिबात आवडत नसे. अतिशुद्ध भाषाही हास्यास्पद होऊ शकते, तर बोली ग्रामीण भाषाही मराठी समृद्ध करू शकते. अत्रे म्हणतात -

ज्ञानेश्वरांसारखा बंडखोर लेखक मराठी भाषेत दुसरा झाला नाही. मुक्तीचे आणि भक्तीचे तत्त्वज्ञान संस्कृत भाषेच्या बंदिवासात पडलेले होते. लांब लांब समासाच्या कड्याकुलपातून सोडवून ज्ञानेश्वरांनी ते बाहेर आणले आणि शेतकऱ्यांच्या झोपड्यांपर्यंत नेऊन पोहोचवले.

मराठीत संस्कृत घुसडणे म्हणजे विद्वत्ता असा काहींचा गैरसमज आहे. माझ्या माहितीचा एक माणूस होता. त्याला वेळी-अवेळी संस्कृत शब्द वापरायची अशीच वाईट खोड होती. त्याने आपल्या बायकोस पत्र लिहिले, 'वज्रचुडेमंडित सौभाग्यवती कौटुंबिनी हीस, परवा माझ्या प्रयाणकाळी संभ्रमाने माझे पायमोजे शयनगृहात पलंगाखाली पतन पावले आहेत. ते उत्तरपत्री कथन करावे.'

पुष्कळसे मराठी लेखक शुद्ध मराठी नामाच्या मागे सु आणि सत् या संस्कृत उपाधी लावून आपले लेखन हास्यास्पद करतात. मराठी वराला संस्कृत सुवर करण्याचा हा नाद काही चांगला नाही. अडाणी आणि अशिक्षित माणसे आपल्याला कळत नाहीत असे संस्कृत शब्द वापरून स्वत:चे हसे करून घेतात. बहुजन समाजाला जी भाषा समजते तीच खरी शुद्ध मराठी भाषा. राजर्षि शाहुमहाराज पुष्कळदा मुद्दाम शेतकऱ्यांशी गप्पा मारीत असत आणि शेतकऱ्यांसारखे उच्चार करीत. ते त्यांचे बोलणे कानाला फारच गोड लागे.

'लई' म्हणण्यात काही एक 'वंगाळ' नाही. नाना पाटील कोणताही विषय शेतकऱ्यांच्या सभेमध्ये त्यांना समजेल अशा सोप्या आणि शुद्ध मराठी भाषेमध्ये सांगत असत. एकदा एका सभेत ते म्हणाले, "बरं का शेतकऱ्यांनो शेतामधी विचका असतो. आम्ही त्याला विचका म्हणतो. तुम्ही त्याला म्हणता बेणां (हरळी). हा बेणा लई खराब असतो. शेताचा हा नाश करतो. हा बेणा हतनं काढला तर तथं उगवतो. तथनं काढला तर पल्याड उगवतो. त्याला जमीन खोल खांडून तळापासून काढूनशान टाकलं पायजे. तवा तो नायसा व्हतो. आपल्या देशातल्या सायबाचं सरकार बेण्यासारखं आहे. त्याला थोडं थोडं काढून भागायचं नाही. त्याला भुईत शिरून

खुमासदार अत्रे । ५५

आणि भूमिगत होऊनच उखडून काढलं पायजे!" याला मी म्हणतो शुद्ध मराठी.

त्या क्वश्चनचा कितीही डीपली विचार केला तरी त्यातली कल्पना क्लीअर होत नाही. असे बाडगे मराठी बोलायचे आपण थांबवले पाहिजे. मुंबईत आणि नागपुरात लोकांच्या भाषेत हिंदी शब्दांची सरभेसळ होते. तीही चांगली नाही. नागपूरच्या एका हिंदी गृहस्थाकडे मी गेलो असताना माझ्या एका नागपुरी मित्राने त्या गृहस्थाच्या वडिलांचा ओटीवर लावलेला फोटो दाखवून म्हटले की, हे 'आपले' वडील! तो गोंधळून म्हणाला, 'छे! छे! भलतंच काय म्हणता! हे कुठले आमचे वडील?' मागाहून मला कळले की 'आप' ले म्हणजे यांचे.

खरी शुद्ध भाषा कुठं बोलली जात असेल तर ती बायकांमध्ये आणि बहुजन समाजामध्येच. बायकांच्या तोंडी ज्या सुंदर म्हणी आणि वेचक वाक्प्रचार येतात आणि समाजामधल्या निरनिराळ्या धंदेवाइकांच्या भाषेत धंदेवाचक असे जे जे मराठी शब्द वापरले जातात त्यांची भर पडल्याने मराठी भाषा अधिक श्रीमंत आणि संपन्न बनेल.

।। साहित्य परिषदेची बनावट तयारी ।।

श्रीपाद कृष्ण कोल्हटकरांच्या विडंबनात्मक लेखाचा नवयुगमधील समावेश तत्कालीन परिस्थिती व आजची स्थिती यामध्ये अजूनही साम्य असल्याचे दाखविते.

बंडूनाना, पांडूतात्या आणि सुदामजी या तिघांनी आपल्या गावी साहित्य संमेलन बोलावण्यासाठी कमरा बांधल्या आणि ते बोलावण्याची साहित्यिक पात्रता आपल्या अंगी यावी म्हणून त्यांनी एका महिन्याच्या आत मारून मुटकून ग्रंथकार होण्याचे ठरविले. स्वत: सुदामजी यांनी एक लहानशी इंग्रजी कादंबरी विकत आणली व तिच्यातील पात्रांना मराठी नावे घेऊन तिचे शब्दश: भाषांतर करण्याचे काम अवघ्या आठ दिवसाच्या आत पुरे केले. मूळ कादंबरीत स्त्री-पुरुषांचे नृत्य, प्रियाराधन प्रीतिविवाहासारखे प्रकार होते. ते तर काही भाषांतरकारांना बदलणे शक्यच नव्हते. म्हणून त्यांची आपल्या भाषांतरीत कादंबरीतील सर्व पात्रे सुधारक बनविली आणि त्यांची टवाळी करण्यासाठी अधूनमधून स्वत:च्या पदरची वाक्ये घुसडली.

उदाहरणार्थ, एखाद्या पात्राकडून जर एखादी वाईट गोष्ट घडली तर 'हा पाहा पुरुषांनी डोक्यावर केस ठेवल्याचा नि बायकांनी अंबाडा बांधल्याचा परिणाम!' आता मूळ कादंबरी होती सुखांतिका. भाषांतरातील सर्व पात्रांना सुधारकी पेहराव दिला असल्याने त्यांच्या आयुष्याची गोष्ट सुखपर्यवसायी आहे, असे दाखविले

तर सारा सनातनी समाज चिडून जाईल. म्हणून भाषांतराकरवी कादंबरीच्या मूळ शेवटाला स्वत:च्या अकलेतून खास निर्माण केलेली अशी पुस्ती जोडली की नायक-नायिका विवाह करून मधुचंद्राला जात असताना त्यांचा डबा इंजिनसह एका पुलावरून खाली पडून नदीत त्यांना अपघाती मृत्यू येतो. पण त्या वेळी एक भयंकर धरणीकंप होऊन मागील सर्व डब्यांच्या पुढे एकाएकी एक टेकडी उभी राहते व त्या डब्यातील एकन्‌एक उतारूंचे प्राण वाचतात. इतके सगळे सांगून झाल्यावर भाषांतरकर्ते आपल्या बायकांना या घटनेचे तात्पर्य सांगतात की, अपघातात मरण पावलेले जोडपे सुधारक होते. धर्मावर त्यांचा विश्वास नव्हता. पण त्याच अपघातातून बचावलेले बाकीचे सर्व उतारू हे कट्टर सनातनी व धर्माभिमानी होते!

सदर भाषांतरात्मक कादंबरी प्रसिद्ध झाल्यानंतर वाङ्मय चौर्याचा आरोप येऊ नये म्हणून सुदामजीने आपल्या प्रस्तावनेत मोठ्या धूर्तपणे एक वाक्य घातले आहे की, सदर कादंबरी ही स्वतंत्र आहे. तथापि तिचे एखाद्या इंग्रजी कादंबरीशी कोणाला साम्य आढळून आल्यास परभाषेतील एका नामांकित ग्रंथकाराशी आपल्या विचारांचे आणि भाषेचे तंतोतंत साम्य जुळून आल्याबद्दल आपल्याला अभिमानच वाटेल.

शेवटी एकदा साहित्य परिषद भरविण्याच्या आमंत्रणावर नवीन प्रसिद्ध कादंबरीकार 'सुदामजी', 'स्वतंत्र अंकलिपी'चे कर्ते बंडूनाना आणि 'संमेलन डायरी'चे कर्ते पांडूतात्या यांच्या सह्या तर मोठ्या रुबाबाने झळकल्या. परिषदेची वर्गणी ग्रामस्थांकडून वसूल करण्यासाठी त्रिवर्ग निमंत्रक घरोघर गावामधून जेव्हा फिरू लागले तेव्हा त्यांना विचित्र अनुभव येऊ लागले. कित्येक घरात त्यांनी प्रवेश करताच 'मालक घरात नाहीत' असे त्या घराचे मालक स्वत:च्या तोंडानी सांगून त्यांची बोळवण करू लागले. काही लोकांनी वर्गणीचे आकडे घालून ते लवकरच चुकविण्याची वचने पण दिली. पण त्यानंतर त्यांनी तोंड चुकविण्याला जी सुरुवात केली तसे ते आपली वर्गणी कोणत्या अर्थाने चुकविणार ते त्या तिघांना कळून चुकले. हे तिघे जण रोज सकाळी जेव्हा वर्गणी गोळा करण्याच्या मोहिमेवर निघ, तेव्हा जवळ जवळ सारा गाव फिरण्याच्या किंवा अन्य व्यायामासाठी घरातून बाहेर पडू लागला. शारीरिक व्यायामाचे महत्त्व शेकडो व्याख्याने देऊनसुद्धा त्या गावातल्या लोकांना पटले नसते ते वर्गणी गोळा करण्याच्या मोहिमेने साधले.

पण खरा व्यायाम जर कोणाला घडला असेल तर तो या तिघांनाच. कारण कोणाकडे कितीही वेळा खेटे घातले तरी यांना कोणीच कधीही भेटत नसे. यामुळे झाले काय की जेवढे रुपये यांनी वसूल केले नसतील त्याच्या दसपट आपल्या मित्रांना ते कायमचे मुकले. आता एवढे कष्ट करून जमलेल्या तुटपुंज्या भांडवलावर

खुमासदार अत्रे । ५७

साहित्य परिषदेचा खर्च कसा निभावायचा? पण यातूनही त्यांनी तोड काढली.

संमेलनासाठी मांडव बांधण्याच्या कल्पनेला फाटा देऊन ते सार्वजनिक वाचनालयात भरविण्याचे ठरले. संमेलनाच्या प्रतिनिधींना उतरण्यासाठी गावातली धर्मशाळा मुक्रर करण्यात आली. तरीसुद्धा प्रतिनिधींची संमेलनासाठी फार गर्दी होऊ नये म्हणून 'गावात प्लेगच्या प्रादुर्भावाची स्पष्ट चिन्हे दिसत असून, प्रतिनिधी निवासाच्या ठिकाणी नुकताच एक उंदीर पडला असला तरी अशा संकटाला खरा वाङ्मयभक्त भीक न घालता संमेलनाला अवश्य हजर राहील' अशी आमंत्रणपत्राच्या अखेरीस आशा व्यक्त करण्यात आली होती.

परिषदेचा कार्यक्रम मुक्रर होऊन ठरल्याप्रमाणे निमंत्रण पत्रिका छापवून घेण्यात आल्या. त्या लिफाफ्यात घालून प्रतिनिधींकडे रवाना करण्याची कामगिरी बंडूनानांकडे सोपविण्यात आली. तथापि निमंत्रण पत्रिका पोहोचल्याचे बोटभर उत्तर एकाही ग्रंथकाराकडून आले नाही म्हणून 'स्वागतमंडळ' अतिशय संतापले. पण मागाहून त्याच्या लक्षात आले की, बहुतेक ग्रंथकार म्हणजे कलावंत. त्यांना अद्भुतरसाची फार गोडी. म्हणून कदाचित आगाऊ सूचना न देता एकदम येऊन संमेलनाच्या चालकांना आश्चर्यचकित करून टाकण्याचा त्यांचा विचार असावा. त्यामुळे त्यांचे समाधान झाले.

शेवटी संमेलनाचा 'चैत्र शुद्ध अष्टमी'चा दिवस एकदाचा उगवला. परगावाहून येणाऱ्या ग्रंथकार प्रतिनिधींचे स्वागत करण्यासाठी सकाळपासून त्रिवर्ग स्वागतमंडळ स्टेशनावर जाऊन बसले. शेवटी गाडी आली. या गाडीतील प्रत्येक उतारू हा संमेलनाचा प्रतिनिधी असलाच पाहिजे अशा दृढ समजुतीने तिघेही त्यांच्या स्वागतासाठी सद्‌गदित अंत:करणांनी आणि अश्रुपूर्ण नेत्रांनी पुढे झाले. त्या वेळी त्यांच्या हातून ज्या चुका झाल्या त्याचे वर्णन कोल्हटकरांच्याच शब्दात दिलेले बरे -

बंडूनानांनी प्रेमाने गाडीलाच गाढालिंगन दिले. पांडूतात्यांनी कोळसेवाल्याशी जोराने हस्तांदोलन केले. काही उतारूंनी या तिघांना आपले सामान स्टेशनाबाहेर मुकाट्याने नेऊ दिले आणि नंतर ते आपल्या ताब्यात घेतले तेव्हा ते ग्रंथकार किंवा प्रकाशक नाहीत, असा त्यांच्या डोक्यात प्रकाश पडला. कित्येकांनी त्यांना हमाल समजून एक एक दिडकी दिली. ती त्यांनी रागाने दूर भिरकावून दिली. पण या साऱ्या विनोदी घटनांची सर्वांत हास्यकारक कडी शेवटीच आहे. सदर संमेलनाला बाहेरगावहून एकही प्रतिनिधी का आला नाही, याचे रहस्य प्रतिनिधींना पाठविण्यात आलेल्या निमंत्रण पत्रिकांचा भला मोठा गठ्ठा मुंबईच्या 'डेड लेटर' ऑफिसमधून दोन दिवसांनी जेव्हा परत त्यांच्या हाती आला तेव्हा उमगले. लिफाफ्यावर पत्ते लिहून ते रवाना करण्याचे काम बंडूनानांकडे सोपविण्यात आले होते. पण बंडूनानांनी लिफाफ्यावर पत्ते न लिहिताच साध्या निमंत्रणपत्रिका पोस्टात टाकल्या होत्या!

संसारातील सर्व आपदा यावरच मानवी उभारणी झाली आहे. म्हणून मार्क ट्वेनने म्हटले आहे की Poetry is born in heaven, Humour is born on the earth. काव्य स्वर्गीय आहे, विनोद पार्थिव आहे.

।। अत्रे-फडके वाद ।।

सुप्रसिद्ध कादंबरीकार ना. सी. फडके म्हणत, 'कलेसाठी कला' हाच साहित्याचा उद्देश आहे. तर आचार्य अत्रे म्हणत, 'जीवनासाठी कला' हा कोणत्याही साहित्यकृतीचा उद्देश होय. हा वाद इतका प्रदीर्घ चालला होता की १९४०च्या 'नवयुग'मध्येही फडक्यांवर टीका सुरू झालेली दिसते ती अगदी १९६८ मध्ये पुण्याच्या बालगंधर्व मंदिरात प्रकाशक ग. पां. परचुरे यांनी अत्रे - फडके यांना एकाच व्यासपीठावर आणेपर्यंत! १ डिसेंबर, ४०च्या 'नवयुग'मध्ये 'प्रो. फडके आणि असभ्य टीका' या मथळ्यावर म्हटलंय - 'बोलायचे एक व करायचे एक' हा प्रो. फडके यांचा तारेचा पत्ता आहे. जन्मभर कामविकारोत्तेजक कादंबऱ्या लिहिणारा आणि आता वैराग्याचा उपदेश करणारा हा ढोंगी नारायण एखाद्या बेटात जाऊन महाराज होण्यास लायक आहे.'

आशा पिक्चर्सच्या 'घरजावई' चित्रपटात विनोदमूर्ती दामुअण्णा मालवणकर काम करणार अशी जाहिरात प्रसिद्ध झाली होती. त्या वेळी ना. सी. फडके यांच्या 'झंकार' मध्ये एक बातमी आली - प्र. के. अत्रे यांना आता दामुअण्णा आठवू लागले आहेत. आता त्यांना लवकरच दामुअण्णांची म्हणजे पैशांची चणचण भासेल. त्यावर फडक्यांची खरडपट्टी काढताना अत्र्यांनी म्हटलंय - 'पानाला चार रुपये भाव तांबोळ्याच्या हिशेबाने लावणारा व प्रकाशकाला पिरगाळून काढणारा हा हीन वृत्तीचा कादंबरीकार दुसऱ्याचे वाटोळे व्हावे ही इच्छा प्रकट करतो. यातच त्याच्या मनाची अधम वृत्ती दिसून येते.' फडक्यांना झोडून काढण्याची संधी 'नवयुग' कधीच सोडत नसे. ते छोट्या छोट्या किश्श्यातूनही साकार होई.

।। पुण्यात अकाली पाऊस ।।

चालू साली पुण्यात वेळी अवेळी पाऊस पडत आहे. याचे कारण काय असेल, अशी पृच्छा एका वाचकाने केली. तिथेही अत्र्यांनी ना. सी. फडकेंना टीकेचे लक्ष्य केले - 'झंकार' निघू लागल्याने वेळी अवेळी या अश्रूंच्या सरी पडत असतात!

।। एका टॅक्सीचा वार्षिक अहवाल ।।

- या टॅक्सीत गेल्या वर्षी १८,५४० चुंबने, १,४५,०६५ आलिंगने इ. शृंगारिक गोष्टी घडल्या.
- नवरा-बायको नसलेल्या ४९०० जोडप्यांनी प्रवास केला. रात्री-अपरात्री किरकोळ भानगडी ६८५५ झाल्या.
- ३४ नटी, ५६ डायरेक्टर्स, २५० देशभक्त, ४५६ वकील, ३१० डॉक्टर्स, ५५१ वेश्या, ७५० सनातनी, १८५० चोर यांनी प्रवास केला.
- गिऱ्हाइकांच्या हरविलेल्या वस्तू सापडल्या - ३५० वेण्या, १२५ हातरुमाल, ४३५ प्रेमपत्रे, १४० रबरी टोप्या, १२ जानवी जोडी, ४ तपकिरीच्या डब्या,

१५ गंगावने, १ मंगळसूत्र, १ उपरणे.

- दिवसपाळ्यांपेक्षा रात्रपाळ्या खूप केल्या.
- पन्नास तरुण-तरुणींनी लग्नाचे वचन दिले व ते मोडले.
- अनाथ स्त्रियांना पैसा मिळवून दिला. गिरगावात चढलेली गरीब स्त्री वरळीत उतरताना श्रीमंत झाली.
- टॅक्सी ४५४ वेळा पंक्चर - कारण लठ्ठ स्त्री प्रवासी म्हणून होती.
- ६३४४ दारूच्या बाटल्या फुटल्या, दारूबंदी कायदा असता हे घडावे. हे टॅक्सीला भूषणावह!

।। असं होतं कोकण ।।

चोविसावं साहित्य संमेलन रत्नागिरीत भरलेलं. स्वागताध्यक्ष होते नाटककार मामा वरेरकर. आचार्य अत्रे यांनी 'नवयुग'मध्ये थापाड्या मामा म्हणून वरेरकरांची काही कमी थट्टा केली नाही. पण साहित्यसंमेलनाची बातमी १२ मे ४०च्या अंकात देताना मामांचं सुरेख भाषण दिलंय -

'बॉम्बे गॅझेटीअरमध्ये आणि प्रो. काणे यांच्या 'प्राचीन कोकण' या निबंधात या प्रांताचं प्राचीनत्व आणि विस्तार याचं वर्णन केलेलं आहे. पूर्वी या प्रांताला 'अपरान्त' असं म्हणत असत. असा उल्लेख बुद्धकालीन ग्रंथातून मिळतो. कालिदासाच्या रघुवंशात केरळ देश जिंकल्यानंतर रघुनं अपरांतात प्रवेश करून तेथील राजाकडून कारभार घेतल्याचा उल्लेख आहे. दक्षिणेकडे केरळ ते उत्तरेकडे सुरत पर्यंतच्या प्रदेशाला अपरांत हे नाव होतं. पुढे त्याला कोकण म्हणून लागले. प्रसिद्ध ज्योतिषी वराहमिहीर यानं बृहत्संहिता या ग्रंथात कोकणचा उल्लेख केला आहे. चालुक्य वंशीय कीर्तीवर्मा राजानं इवल्ली येथील शिलालेखनात कोकणचे स्वामी जे मौर्य यांचा फडशा पाडला असं वर्णन केलं आहे. चिनी प्रवासी चुआन चुंग यानं आपल्या वर्णनात द्रविड देशाच्या उत्तरेस कोकिन्नपुलो नावाचा देश आहे असं वर्णन केलं आहे. कथासरित्सागर ग्रंथात अपरांत आणि कोकण हे शब्द एकाच अर्थी वापरले आहेत. या प्रमाणावरून कोकण हे नाव पाचव्या शतकापासून प्रचलित असावे, असे वाटते. गुजरातचा राजा राष्ट्रकुट कृष्णराज अकालवर्ष याच्या अमदानीतील शके ८१० मधील एका लेखात तापी तीरावरील प्रांताला 'कोकण विषयांतर्गत' असं म्हटलं आहे. यावरून कोकण देशाचा विस्तार तापी नदीपर्यंत होता असं सिद्ध होतं. सुरतेकडील भार्गव ब्राह्मणांना अजूनही कोकणी ब्राह्मण म्हणतात.

काव्यालंकारसारसंग्रह या अलंकारशास्त्रपर ग्रंथावर इंदुराज याने जी टीका केली

आहे त्यात त्याने स्वत:ला 'कोकण: श्री इन्दुराज:' असं म्हणवलं आहे. हा इन्दुराज इ. स. ९२५ च्या सुमारास विद्यमान असलेल्या काश्मीरच्या मुकुलभट्टाचा शिष्य होता. याज्ञवल्क्य स्मृतीवर टीका करणारा अपरादित्य हाही कोकणप्रांतीय होता, असा उल्लेख मंखाच्या श्रीकंठचरितात आहे. भारत वर्षातील प्रख्यात ज्योतिषी गणेश दैवज्ञ हा जंजिरा संस्थानातील नांदगाव येथील होता आणि त्यानं आपला ग्रहलाघव हा ग्रंथ १४४२ च्या सुमारास लिहिला असं कै. दीक्षित यांनी आपल्या ग्रंथात लिहिलं आहे.' या साहित्यसंमेलनाचे अध्यक्ष होते ना. सी. फडके. हे मात्र इथं थोडक्यात दिलंय हं!

।। आंबरसात कोकणी कावा ।।

सायं. ८-३० पासून भोजनमंडपाच्या प्रवेशद्वाराजवळ नुसता तोबा उडाला होता. वसंतराव मराठे म्हणालेसुद्धा - 'गर्दी अगदी थर्डक्लास बुकिंगच्या गर्दीप्रमाणे झाली आहे.' आंबरसपुरीचा बेत होता. बड्या लोकांची व साहित्यिकांची पंगत रात्री १० वाजता बसली. हापूस आंब्याचा रस असणार या भावनेने पहिला भुरका जो साहित्यिक मारतात तो त्यांस 'कोकणी कावा' कळून आला. हापूसचा वास लागेल इतकाच हापूस होता त्यामध्ये! पण बेत एकंदरीत बरा झाला. शाहीर रामजोशी यांची 'कुणा गं सुभगाची ही मदनमंजिरी' ही लावणी करमणूक कार्यक्रमात म्हणू लागताच प्रेक्षक ओरडले—

'अगदी चापून चोपून म्हणा हो!' या वेळी क्षणभर बऱ्याच जणांना चवळीवाल्या तमाशाची आठवण झाली.

संमेलनात नकळत मेकअपची चढाओढ लागली होती. कु. शांता आपटे, कु. शशीकला आळंदकर, श्रीमती शकुंतला परांजपे व कु. कमल दीक्षित या सर्व जणी एकावर एक मेकअप करून येत होत्या. त्याचे कौतुक सर्वांना गंधर्वांच्या पातळाइतके वाटत होते.

।।संमेलनातील हास्यलहरी ।।

लेखकांनी मोबदला घ्यावा का? - या परिसंवादात श्री. आप्पा पेंडसे यांनी पैसे मिळतात असे कळल्यावर 'कोणता गाढव' लेखक ते घेणार नाही? असे उद्गार काढताच मंडपात हशा पिकला.

प्रो. र. धो. कर्वे यांना एकानं विचारलं, "आपल्या समाजस्वास्थ्यात लिहिणाऱ्यांना आपण काय मोबदला देता?" एक मुंबईकर टवाळीच्या स्वरात म्हणाला -

"मोबदल्याखातर हे आपल्या लेखकांना संतती नियमनाची साधने देत असतात."

- ग्रंथप्रकाशनाची समारंभप्रथा प्रथम यशवंत कवींनी पाडली. त्याचा उल्लेख करताना यशवंत कवींनी हा पहिला विधी सुरू केला असे मामा वरेरकर म्हणताच, या बीभत्स कोटीबद्दल नाकमुरडी हशा पिकला.

- मॅट्रिकच्या मुलांना भाषांतराचे अफलातून उतारे घालणाऱ्या सिनेटचा धिक्कार करताना मामा म्हणाले - "संमेलनाच्या सर्व सभासदांनी सिनेटच्या बैठकीस जाऊन तेथून 'अनवाणी परत यावे.'" (आपले जोडे देऊनच परत यायचे)

- शंकरराव किर्लोस्कर लवाजम्यासह खास मोटर घेऊन आलेले - त्यावर 'स्त्री' मासिकाची जाहिरात होती. मोटर दिसताच सारे ओरडत 'स्त्री आली रे आली.'

- संमेलनात मुंबईचे ९४ जण आलेले. त्यांनी जळजळीत चर्चा केली नाही.

कदाचित त्यांना काय बोलायचे ते बोटीवर बोट लागल्याने आधीच ओकून गेलेले असावेत.

- मुक्तछंद चर्चा इतकी जळजळीत झाली की लाऊडस्पीकरची तार जळून गेली. लाऊडस्पीकर मुक्त छंद झाला असावा.

शाळा कॉलेजे सुरू झाली!!

चालू युद्धाच्या धूमधडाक्यात सर्वत्र महागाई!!

परंतु 'खास सवलत' कोठे!

६० कुपन्स ६०

रु.१४-४-० फक्त

गिरगावातील सर्वोत्कृष्ट भोजनगृह

न्यू डेक्कन क्लब

पत्ता - कुंटे बिल्डिंग, तळमजला, गिरगाव, बँक रोड, मुंबई नं. ४.

।। बोलणारे शब्द - आचार्य विनोबाजी भावे ।।

संस्कृतमध्ये 'विचारांचा प्रतिनिधी' म्हणून शब्द बनविला गेला आहे. इंग्रजी भाषेत पृथ्वीला अर्थ Earth असे म्हणतात. लॅटिनमध्ये Terra म्हणतात; परंतु संस्कृतमध्ये पृथ्वीला पन्नास प्रतिशब्द आहेत.

पृथ्वी म्हणजे पसरलेली. धरा म्हणजे धारण करणारी. भूमी म्हणजे तऱ्हेतऱ्हेच्या पदार्थांना जन्म देणारी. गुर्वी म्हणजे भारी, वजनदार, उर्वी म्हणजे विशाल, क्षमा म्हणजे सहन करणारी. आम्ही लाथ हाणली तरी ती सहन करते. संस्कृत शब्द आपल्याशी बोलायला लागतो. 'पयः' म्हणजे पोषण करणारा, 'पानीमय' तृप्त करणारा, 'उदकं' अंतरातून बाहेर आलेला, 'समुद्र' हा शब्द छोटासा दिसतो खरं; परंतु तो गोष्टी करतो. 'सम' म्हणजे चोहो बाजूला समान पसरलेला. 'उद्' म्हणजे वर आलेले पाणी आणि रम् म्हणजे आल्हाददायक खेळत असलेला, उसळत असलेला. तेव्हा समुद्र म्हणजे सम + उद् + रम्.

संस्कृतमध्ये शब्द, व्याख्यान द्यायला सुरुवात करतात. तसे इंग्रजीत नाही. 'घट' हा शब्द आहे. 'घट' म्हणजे घडा, घागर; परंतु 'घट' म्हणजे शरीर असाही अर्थ होतो. घागरीत पाणी ठेवतात तसे या शरीरात काय आहे? पाणीच भरलेले आहे. पूर्ण कुंभ पाण्याने भरून आपण स्वागत करतो. यामधून आपल्याला काय

दाखवायचे असते? 'आमचे हे सारे हृदय भक्तिभावाने भरलेले आहे.' या अर्थाने घट हा शब्द उपयोगी पडेल. नानकांनी म्हटलं आहे, 'प्रभु घट घट में भरा है' माझ्यासमोर बसले आहेत ते सर्व घटच आहेत, सर्व भरलेले आहेत, पण कशाने भरलेले आहेत कोणास ठाऊक. काही निरुपयोगी वस्तूंनीही भरलेले असू शकतील. सांगायचा मथितार्थ असा की, घट शब्दातील जी काही खुबी आहे ती काही pot शब्दात येत नाही. कारण 'घट' याची एक घटना आहे ना! आपल्या या शरीराची एक घटना आहे. 'घट' हा शब्दही घटना सूचित करतो.

'चक्षु' शब्द आहे. 'चक्ष्' हा धातू निर्मलतेचा, स्वच्छतेचा द्योतक आहे. डोळ्यांनी जेवढे आपण बोलतो तेवढे तोंडाने बोलत नसतो. आपल्याला राग येतो तेव्हा डोळे बोलत असतात. अंतःकरणात करुणा असेल तर डोळे बोलतात. शब्दापेक्षाही अधिक प्रकाश डोळे देत असतात. त्याचप्रमाणे 'व्याचक्षते' म्हणजे व्याख्यान देणे, चक्षूपासून व्याख्यान हा शब्द निघाला. आम्हा हिंदुस्थानच्या लोकांची महापुरुषांच्या दर्शनावर केवढी श्रद्धा आहे, तेवढी काही व्याख्यानं ऐकण्यावर नाही. महापुरुषांच्या डोळ्यावाटे जे दिसते ते कोणत्याही अन्य रीतीने प्रकट होत नाही. त्यांच्या डोळ्यात कारुण्य भरलेले असते. करुणा काही करण्याची प्रेरणा देते.

'शुभ्र' म्हणजे पवित्र. शुभ्र म्हणजे केवळ white नव्हे. शुभ या शब्दाशी त्याचा संबंध आहे. तेव्हा 'शुभ्र' मध्ये सौंदर्य व पावित्र्य एकरूप झाले आहे.

मुंबई मराठी साहित्यसंघ दिनादिवशी आचार्य दादा धर्माधिकारींनी मनोगत व्यक्त केले. ऐतरेय उपनिषदात एक गोष्ट सांगितली आहे. सृष्टी निर्माण झाली. तिच्याबरोबर अशना व पिपासाही निर्माण झाली. अशना म्हणजे नुसती भूक नव्हे. तर खवखव खाण्याची इच्छा. अशना व पिपासा परमेश्वराला म्हणाल्या, 'आम्हाला राहायला घर तरी दे.' मग परमेश्वरानं गाय आणली. पण ती काही त्यांना आवडली नाही. मग घोडा आणला तोही पसंत पडला नाही. अखेर पुरुष आणला. तो मात्र त्यांना आवडला. कारण तो भूक नसतानाही खाऊ शकतो. हे तर त्याचे वैशिष्ट्य आहे. हे पशूत नाही. तो फक्त भूक लागली म्हणजेच खातो.

।। वास्तवतेची जाणीव ।।

एका बागेत एक म्हातारा व एक तरुण चालले होते. हिंडता हिंडता म्हातारा म्हणाला, ''या जगात परमेश्वरानं प्रमाणबद्धतेचा विचारच केला नाही. किमान आमच्यासारख्या बुद्धिमान लोकांचा तरी सल्ला घ्यायचा. आता हे चिंचेचे झाड पाहा. केवढा मोठा प्रचंड वृक्ष, पण पाने पाहिली तर किती नाजूक. फळ पाहिले तर

बोटाएवढे. उलट ती भोपळीची वेल पाहा. किती सुकुमार, पण फळ मात्र हे एवढाले." बोलता बोलता एक चिंच टपकन येऊन त्या म्हाताऱ्याच्या टाळक्यावर आपटली. तेव्हा तरुण म्हणाला, "हे जर भोपळ्याचे फळ असते तर काय झाले असते हो?" तेव्हा म्हातारा म्हणाला, "खरं रे खरं! परमेश्वरच खरा." मुद्दा लक्षात आला. पण त्यासाठी चिंच डोक्यात पडावी लागली. साहित्यिकाला वास्तवतेची जाणीव हवी.

।। कालिदास - ले. हरिहर उर्सेकर २७-११-६० ।।

पुढे थोर झालेले लहानपणी हुशार असतातच असे नाही. शेक्सपिअर शाळेतून पळून गेला होता. चर्चिल काही विषयात नापास झाले होते. एक लोककथा अशी आहे की, कालिदास जन्माने ब्राह्मण होता, पण अनपढ होता. बुद्धीने दगड! लहानपणी मातापित्यांना मुकलेल्या या अनाथ मुलाचे रक्षण एका गुराख्याने केले. कालीदेवीचा हा उपासक म्हणून हा कालिदास.

आणखी एकाचे म्हणणे असे की, कालिदास ही एक प्रसन्न, आनंदी, आर्थिकदृष्ट्या सुखी, कलांच्या आस्वादाने जीवनाचे नंदनवन करणारी एक थोर व्यक्ती असली पाहिजे. फ्रेंच राज्यक्रांतीच्या सुमारास १७८९ मध्ये सर विल्यम जोन्सचे इंग्रजीमध्ये शाकुंतल प्रसिद्ध झाले. गटे याने ते वाचले व ते काव्य डोक्यावर घेऊन तो नाचला. रोझी हा फ्रेंच पंडित शांकुतलातील भरत वर्णनाने मोहित झाला. एका कवीने या कवीच्या कवीला भारताचा शेक्सपिअर म्हटले आहे. अरविंदांच्या मते व्यास वाल्मिकी व कालिदास यांच्या ठिकाणी भारताच्या प्राचीन इतिहासाचा अर्क सामावला आहे. व्यासांनी नीतिनिष्ठ संस्कृतीची तर कालिदासाने भौतिक संस्कृतीची विजयपताका फडकावली, पण येथे हेही लक्षात घेतले पाहिजे की, कुमारसंभवात उमेने तपस्येच्या शक्तीवर शिवाला त्यागाकडून भोगाकडे वळवले असले, तरी त्याच कालिदासाच्या शाकुंतलात दुष्यंत व शकुंतला हे भोगाकडून त्यागाकडे वळलेले दिसून येतात. टागोर व गटे यांच्या दृष्टीने हेच स्वर्भूमीलन होय. वर्डस्वर्थच्या स्कायलार्कप्रमाणे कालिदासाचे व्यक्तिमत्त्व time to the kindred points of heaven and home असे सर्वस्पर्शी चिरंजीव सहानुभूतीचे आहे. यातच महाकवी कालिदासाची महात्मता आहे. हेच त्याचे अष्टपैलू व्यक्तिमत्त्व!

।। कवी यशवंत 'राजकवी' झाले! ।।

सातारा जिल्ह्यातील चाफळ येथे कवी यशवंतांचे मूळ वास्तव्य होते. समर्थ रामदासांनी प्रतिष्ठापना केलेले राममंदिर येथेच आहे. १९२१ मध्ये बडोदा येथे झालेल्या साहित्य संमेलनात कवी यशवंत यांचे काव्यगायन झाले. त्या संमेलनाचे अध्यक्ष म्हणून साहित्यसम्राट न. चिं. केळकर होते. साहित्यसंमेलनात काव्यगायन करण्याची प्रथा या संमेलनापासून सुरू झाली. कवी यशवंत यांच्या 'काव्यकिरीट' या काव्यामुळे बडोद्याच्या महाराजांनी त्यांना 'राजकवी' म्हणून नेमले. त्यासाठी त्यांना महिना पन्नास रुपये मानधन मिळू लागले. या सन्मानाप्रीत्यर्थ पुण्यात त्यांचा नरसोपंत केळकरांच्या अध्यक्षतेखाली सत्कार झाला. 'लोककवी' हा सन्मान त्यांना पूर्वीच प्राप्त झाला होता. आता ते राजकवीही बनले. चाफळचे कवी हे राजकवी व्हायची प्रथा असावी. समर्थ रामदास स्वामी हे शिवाजी महाराजांचे राजकवीच होते.

कोण म्हणतं सोलापुरात साहित्यिक वातावरण कमी आहे? या गिरणगावातही फार पूर्वीपासून साहित्य ऊर्मी निर्मिल्यात. १९४१ मध्ये सोलापुरात फार मोठं साहित्यसंमेलन भरलं होतं. त्याच वेळी १३ एप्रिल, १९४१च्या 'नवयुग'मध्ये 'सोलापुरात साहित्य मार्केट!' असं विनोदी सदर छापलं होतं. त्यात साहित्यिकांच्या संदर्भात विनोदी जाहिराती छापल्या होत्या. त्या काल्पनिक होत्या हे लक्षात येईलच. तर पाहा त्या जाहिरातींचे नमुने -

।। सोलापुरात साहित्य मार्केट ।।

लेखिकांसाठी सोलापुरी पातळे

हो पातळे नेसून संपादकाकडे गेल्यास तुमचे लेख हटकून छापले जातील.
एक वेळ अनुभव घ्या. सकच्छ व विकच्छ दोन्ही प्रकारची.
साहित्य झनाना स्टोअर्स, सोलापूर

....

कुरूप आणि सुरूप

व्यासपीठावर बसण्यासाठी या ठिकाणी बायका मिळतील.
लिहा किंवा भेटा.
बेकार महिला सप्लाय, सोलापूर.

....

साहित्य प्रतिबंधक वड्या

या वड्या वापरल्याने साहित्य निर्मिती अजिबात बंद पडते.
पहिल्याच महिन्यात गुण. कोणत्याही प्रकारचा अपाय नाही.

लेफ्ट एजन्सी, सोलापूर.

....

अक्कल काढा व ब्रेन टॉनिक

साहित्यिकांसाठी खास. तुमचा मेंदू बिघडला असल्यास एक वेळ
आमचा अक्कलकाढा व ब्रेन टॉनिक वापरा. मूर्ख लेखकांना सवलतीचे दर

ब्रेन रिपेअर्स, सोलापूर शहर.

....

नवऱ्याला का छळता?

लेखिकांनो, लेख लिहून देण्याबद्दल तुम्ही नवऱ्याला का छळता?
आम्ही तुम्हाला लेख लिहून देऊ.

अबला साहाय्यक संघ, सोलापूर.

....

सोलापूर बेकार मंडळ

तुमच्या रद्दी पुस्तकावर तीन दिवस अखंड चर्चा करू.
दरिद्री लेखकांना विशेष उत्तेजन!

बेकार चर्चा मंडळ, सोलापूर

....

म्हाताऱ्या साहित्यिकांसाठी

नवजवान गुटिका आणि मर्दाई पाक. एका रात्रीत गुण.
अश्लील अनुपान खडी, फुकट.

लेफ्ट एजन्सी, सोलापूर.

....

काव्य गायनाने आलेली मूर्च्छा

काव्य गायन ऐकून आलेली मूर्च्छा दूर होऊन पुन्हा शुद्धीवर येण्यासाठी
आमच्या दवाखान्यात खास तयार केलेल्या संरक्षण गोळ्या नेहमी खिशात
बाळगा.

लेफ्ट एजन्सी, सोलापूर.

....

उपरण्यांचे जंगी व्यापारी

शहरात शिष्टपणे वावरण्यासाठी! आमच्याकडे उपरणे, चंची व कानटोप्या मिळतील. पेन्शनर साहित्यिकांनो त्वरा करा!

पुराण वस्त्र भांडार, सोलापूर.

....

हताश होण्याचे कारण नाही.

संमेलनात ओरडण्याची हौस

साहित्य संमेलनात खूप आरडाओरड करावी, हीच तुमची इच्छा ना?

'शंखनाद' पिल्स वापरा.

प्रतिभासाधन औषधालय, सोलापूर.

....

ब्रह्मचारी लेखकांनो

तुमची दु:खे आम्हाला सांगा. पत्रव्यवहार आणि वाटाघाटी गुप्त ठेवू.

साहित्य स्वयंवर मंडळ, सोलापूर.

....

हसा आणि रडा

श्री. दत्तू बांदेकर यांच्या चित्रविचित्र लेखांचा जबरदस्त संग्रह 'बहुरूपी' लवकरच प्रसिद्ध होत आहे.

....

तुमची टीका जोरदार टीका!

एक लाख इरसाल शिव्या! तुमच्या प्रतिपक्षियांना हासडण्यासाठी शुद्ध मराठी भाषेतील जुन्या व नव्या जोरदार शिव्या या पुस्तकात संकलित केल्या आहेत. बेसुमार मागणीमुळे फारच थोड्या प्रति शिल्लक आहेत.

गालिप्रदान संग्रह, सोलापूर.

....

झोप न आल्यास पैसे परत!

सोलापुरात झोपण्याची सोय!

साहित्यिकांसाठी तयार बिछाने मिळतील. वृत्तपत्रांच्या उत्कृष्ट रद्दीने तयार केलेल्या पवित्र गाद्या! व डबल बेडिंग्ज या बिछान्यावर झोप न आल्यास पैसे परत!

साहित्य शयन मंदिर, सोलापूर.

....

चिवडा वाङ्मय

चिवडा वाङ्मयाच्या तोडीचा आमचा सोलापुरी चिवडा
एक वेळ खाऊन लज्जत पाहा.
खमंग आणि खुसखुशीत प्रत्येक पुडा 'झंकार'च्या
रद्दीमध्ये पॅकबंद केला आहे.
सोलापूर चिवडा मार्ट.

....

होऊ नये गोष्ट झाली

आता गुपचूप इलाज केला पाहिजे. तरुणपणी वाकडे पाऊल पडून तुम्ही लेखक किंवा कवी झालात काय? तीन दिवसांत रोग निवारण करू.
हाड वैद्य व साहित्य वैद्य, सोलापूर.

....

तुमच्या बावळटपणावरूनच

तुम्ही लेखक आहात असे लोक तुम्हाला ओळखतात. आमच्या टेलरिंग कंपनीत तुम्हाला योग्य असे गबाळे कपडे उधारीत शिवून देऊ. प्रत्येक साहित्यिकाने एकवार अवश्य भेट द्यावी.
अडाणी टेलर्स, सोलापूर.

....

राहण्याची व उतरण्याची सोय!

३२ रुपये ८ आण्यात
आमच्या गुपचूप आश्रमात सहकुटुंब उतरा.
पाव, लोणी, वेणी, आंबे, अंडी इत्यादींचा
तीन दिवसांचा चार्ज अवघा रु.३२-८
दोन बायका आणणाऱ्या साहित्यिकास निम्मा चार्ज
गुपचूप बोर्डिंग ॲन्ड लॉजिंग हाऊस, सोलापूर.

....

आज रोख! उद्या उधार!

वेणीतून गळून पडलेली फुले
शहरातील निरनिराळ्या मुलींच्या वेणीतून
गळून पडलेली फुले या ठिकाणी अत्यंत अल्प भावाने मिळतील.
निराश लेखकांना व प्रेमभंगी कवींना सुवर्णसंधी!
दगडू माळी, सेकंड हॅन्ड फुलांचे व्यापारी, सोलापूर.

।। फाउंटन पेन व बोरू ।।

नवव्या इयत्तेपर्यंत विद्यार्थ्यांना फाउंटन पेन वापरण्यास शाळा खात्याने बंदी घातल्याने बाजारात फाउंटनपेनचे भाव खाली आले आहेत, तर बोरूचे भाव वाढले आहेत.

◆ फाउंटनपेनने अक्षराला वाईट वळण लागते आणि विद्यार्थ्यांचे ते गिचमिड अक्षर मास्तरांना बिलकूल वाचता येत नाही.

◆ बोरूचे अक्षर सुवाच्च असते. लहानपणी बोरूची सवय ठेवावी.

◆ आज मराठी लेखकांत प्रा. फडके यांचे अक्षर वळणदार समजले जाते. ते लहानपणी बोरू वापरत.

◆ पण श्री. माडखोलकर यांचे अक्षर पाहा! किती गिचमिड व अनाकलनीय! याचे कारण ते लहानपणी फाउंटनपेन वापरीत.

◆ फाउंटन पेनने लिहिलेले प्रेमपत्र वाचता येत नाही, अशी मुलींची तक्रार आहे.

◆ नवकाव्य दुर्बोध का? याचे कारण नवकवी फाउंटन पेनने कविता लिहितात.

◆ या उलट यशवंत, गिरीश यांची सुबोध रचना पाहा! हे कवी बोरू वापरतात.

।। थोरांचे मोठेपण ।।

सासवडला कऱ्हेच्या पाण्यात अत्र्यांच्या बालपणी खोड्या चालत असत. गावात नवीन कोणी आला की सांगायचं, ''या पाण्यात बुडी मारून वर आल्यावर गाढव हा शब्द म्हणता येत नाही.'' तो नवखा माणूस हे ऐकून आश्चर्यचकित व्हायचा. आपण प्रत्यक्ष अनुभव तर घेऊन बघू. या अशा विचाराने अंगावरचे कपडे उतरवून चड्डीवर पाण्यात बुडी मारायचा. तो पाण्यात खोल गेला की अत्रे आणि त्यांचे सखेसोबती जोरात ओरडायचे 'तुझा बाप कोण?' त्याला पाण्याच्या आत असल्याने काहीच ऐकू यायचे नाही. तो पाण्याबाहेर आल्यावर 'गाढव!' म्हणायचा आणि सारे जण त्याला खो खो हसायचे.

सासवडचं बालपण रम्य होतं. पण आपण सासवडला राहिल्यास मोठे होणार नाही याची जाणीव अत्र्यांना होती. बैलगाडीत बसून ते सासवडहून पुण्यात आले. पुण्यात शिक्षण पूर्ण केले. शिक्षक झाले. त्यांचे पाठ इतके लक्षवेधक होते की, ऐकायला इतर शिक्षकही येत. एक दिवस सुधाताईही आल्या होत्या. पुढे त्याच अत्र्यांच्या अर्धांगिनी झाल्या. शिकवणे हे अत्र्यांच्या रक्तातच होते. विद्यार्थ्यांना ते

फार समजावून सांगत. जो विद्यार्थ्यांना कार्यप्रवृत्त करतो, पेरवतो तो खरा शिक्षक ही त्यांची धारणा होती.

जीवनामध्ये संकटेही येतात. त्या संकटावर मात करतो तोच मोठा माणूस होतो. पुण्यामध्ये एका आर्थिक खटल्यामध्ये आचार्य अत्रे यांचेही नाव गोवले गेले होते. आरोपी म्हणून त्यांचे नाव वृत्तपत्रामध्ये आले होते. पुण्यात सर्वत्र तो चर्चेचा विषय होता. आरोपी म्हणजे जणू गुन्हेगारच अशा भावनेने पाहिले जाते. आरोपीपैकी एकाचे निधन झाले. त्यांच्या अंत्ययात्रेला कोणीही आले नाहीत. अगदी मोजकी पाच-सहा माणसे होती. त्यामध्ये अत्रे होते. ही अंत्ययात्रा चालली असताना एका म्हाताऱ्याने खिडकीतून पाहिले. ही सारी आरोपी मंडळी आहेत हे पाहून तो म्हणाला, "अफरातफर करताना काही वाटले नाही. भोगा आता कर्माची फळं." असं म्हणून त्याने खिडकी लावून घेतली. त्या म्हाताऱ्याच्या तोंडाचे बोळके झाले होते. त्याच्या तोंडात एकच दात शिल्लक राहिला होता. नागाच्या तोंडात एकच विषारी दात दिसतो तसा त्या म्हाताऱ्याच्या तोंडात दिसत होता. त्याचे ते वाक्य अत्र्यांच्या जिव्हारी लागले. 'मी आरोपी कसा झालो' या लेखात ते म्हणतात, 'त्या म्हाताऱ्याच्या वाक्याचा दंश हा विषारी नागापेक्षाही महाभयंकर होता!' या संकटातूनही अत्र्यांनी स्वत:ला सोडविले. जीवनात यशस्वी होण्याची जिद्द बाळगली. आपणही मोठे होणार हा त्यांचा दृढ विश्वास होता.

मोठ्यांचे मोठेपण टिपण्याचं सामर्थ्य त्यांच्या अंगी होतं. 'नवयुग'मध्ये असंख्य मोठ्या व्यक्तिमत्त्वाच्या जीवनाचे आलेख त्यांनी वाचकांपुढे आणले. त्यातील काही पाहिले तरी ते प्रेरणादायी ठरतात.

।। नाना जगन्नाथ शंकरशेठ ।।

- ले. न. र. फाटक

इंग्रजांच्या कारकिर्दीतील पहिले मराठी मानकरी म्हणजे शंकरशेट. त्यांचा जन्म १८०३ मध्ये झाला. त्यांच्या वडिलांचा जवाहिराचा व्यापार होता. त्यांच्या मृत्यूनंतर वयाच्या एकोणिसाव्या वर्षी नाना शंकरशेट हे व्यवसाय पाहू लागले. मुलींना शिक्षण मिळावे म्हणून त्यांनी स्वत:च्या जागेत शाळा चालविण्यास डॉ. विल्सन यांना परवानगी दिली. मुंबईत वैद्यकीय उपचार चांगल्यापैकी मिळणे कठीण होते. इंग्रज डॉक्टरांची फी परवडण्यासारखी नव्हती. देशी वैद्य अडाणी होते. नशीब असेल तरच जगायचे ही रोग्यांची स्थिती होती. इंग्रजांच्या औषधात दारू असते व औषध पाजून ते बाटवतील अशीही भीती रोग्यांना वाटत होती. यावर उपाय म्हणून ग्रँट

७२ । खुमासदार अत्रे

मेडिकल कॉलेजला आवश्यक अशा इस्पितळासाठी स्वत:ची जागा नाना शंकरशेट यांनी दिली.

बाळशास्त्री जांभेकरांबरोबर काम करून बाटलेल्या हिंदूंना स्वधर्मात घेण्याचे मोलाचे कार्य त्यांनी केले.

सोनापूर, मुंबई येथील हिंदू स्मशानभूमी इंग्रज नष्ट करणार होते. ती स्मशानभूमी तशीच राहावी यासाठी २००० हिंदूंचा मोर्चा घेऊन ते गव्हर्नरला भेटले. मागणी मान्य झाली.

मुंबई ते ठाणे या मार्गावर प्रथम धावलेल्या आगगाडीची सुरुवात करणाऱ्यात ते होते. मुंबईत आगबोटी, बागा, प्रदर्शने, शाळा, महाविद्यालये, ग्रंथ प्रकाशन या कार्यात त्यांनी पुढाकार घेतला. एस. एस. सी. विद्यार्थ्यांसाठी जगन्नाथ शंकरशेट संस्कृत स्कॉलरशिप सुरू केली.

मुंबईच्या जडणघडणीत नानांचे स्थान अनन्यसाधारण आहे.

।। देवाने दिले ते बाहेर खेचून काढा ।।

जॉन केनेडी यांचे पूर्वज आयर्लंडमधील होते. ते कफल्लक अवस्थेत शंभर वर्षांपूर्वी अमेरिकेत आले व स्थायिक झाले. त्यांनी अनेक अडचणींना तोंड दिले. इ. स. १८८० ते १८९० या काळात आयरिश लोकांनी अमेरिकेच्या सार्वजनिक क्षेत्रात यश संपादन केले. जॉन केनेडी यांचे शिक्षण हार्वर्ड विद्यापीठात झाले. ते जरी असामान्य विद्यार्थी म्हणून प्रसिद्ध नसले तरी 'यशस्वी होऊ शकणार' असा त्याचा लौकिक होता. त्यांना त्यांच्या वडिलांनी पाठविलेले पत्र फारच बोलके आहे -

'माणसाची पारख करण्याबाबत मला पुष्कळ अनुभव आले आहेत. त्यावरून मी तुला निश्चितपणे सांगतो की, तुझ्यात चांगुलपणा आणि चिकाटी आहे. मग देवानं जे दिलं आहे ते बाहेर खेचून न काढणे म्हणजे मूर्खपणा नाही का? तू लहानपणी ज्या ज्या पायाभूत गुणाकडे दुर्लक्ष केलेस ते सारेच भरून काढणे फार कठीण आहे. म्हणूनच मी तुझ्यापाठी सारखा लकडा लावीत असतो की, जे चांगले साधता येईल ते साधून घे. मी फार मोठ्या अपेक्षा करीत नाही. तू कोणी अलौकिक कर्तृत्व गाजविणारा झाला नाहीस तरी मी फार निराश होणार नाही. पण उत्तम पारख आणि उत्तम समज असलेला तू एक खरा उपयोगी नागरिक ठरशील, याबद्दल मला शंका नाही!'

जॉन केनेडी यांचे शिक्षण १९३५ मध्ये लंडन स्कूल ऑफ इकॉनॉमिक्स येथे झाले. तिथे त्यांनी सादर केलेला प्रबंध, 'इंग्लंड का झोपी गेले' हा फार गाजला.

पुढे ते १९४१ मध्ये आरमारात दाखल झाले. तिथे एकदा जपानी विनाशिकेने हल्ला करून त्यांच्या बोटीचे दोन तुकडे केले. आधाराविना दिवस कंठावे लागले. केवळ चहाचे पाणी पिऊन त्यांनी पाच दिवस काढले. १९४५ मध्ये ते वृत्तपत्र प्रतिनिधी म्हणून काम करू लागले. १९४६ मध्ये प्रथमच ते निवडणुकीच्या रिंगणात उतरले. १९५२ मध्ये ते सिनेटर म्हणून निवडून आले.

अमेरिकेचे सर्वांत तरुण अध्यक्ष होण्याचा मान त्यांना २०-१-१९६१ रोजी प्राप्त झाला!

।। वीरांगना मादाम कामा - ले. म. श्री. दीक्षित ।।

शेट सोराबजी फ्रामजी पटेल हे पारसी व्यापारी होते. त्यांची कन्या म्हणजे मादाम कामा. त्यांचे टोपण नाव मिकू. १८८५ मध्ये स्त्रियांचे प्रश्न सोडविण्यासाठी त्यांनी चळवळीत भाग घेतला. त्यांचा विवाह रुस्तुम कामा यांच्याबरोबर झाला. मादाम कामा यांचा समाजकार्यातील सहभाग चालूच होता. पतीने सुरुवातीस सामाजिक कार्यात अडथळा आणला नाही; परंतु कालांतराने पतीस त्यांचे कार्य पटेनासे झाले. परिणामतः त्यांच्यामध्ये वितुष्ट निर्माण झाले.

मादाम कामा तब्येत सुधारण्यासाठी औषधोपचार हवा म्हणून लंडनला गेल्या. तिथून त्या भारतीय स्वातंत्र्य लढ्यासाठी कार्य करू लागल्या. क्रांतिकारक म्हणून काम करण्याची त्यांनी दीक्षा घेतली. या कार्यासाठी थोडाथोडका नव्हे तर पस्तीस वर्षांचा वनवास भोगला. देशभक्त श्यामजी कृष्ण वर्मा हे इंग्लंडमध्ये भारतीय स्वातंत्र्यासाठी प्रचार करीत होते. त्यांच्याशी भेट झाल्यावर तिथे त्या उघडपणे काम करू लागल्या. लंडनमध्ये हाइड पार्कमध्ये त्या भाषण देऊ लागल्या. ब्रिटिशांना ते नामंजूर असल्याने सरकारने त्यांच्यावर पकड वॉरंट बजावले. त्या तिथून पसार झाल्या त्या फ्रान्समध्ये पोहोचल्या.

पॅरिस येथे त्यांनी वास्तव्य केले. तिथे त्यांनी भारतीय सशस्त्र क्रांतिकारकांना आश्रय दिला. स्वातंत्र्यवीर सावरकर, लाला हरदयाळ, श्यामजी कृष्ण वर्मा, वीरेंद्रनाथ चटोपाध्याय, एम. पी. टी. आचार्य इ. क्रांतिकारक सहकाऱ्यांशी विचार विनिमय करता आला. प्रभावी काम व्हावे म्हणून पॅरिस सोडून त्यांनी युरोपभर संचार केला. त्या काळात फ्रेंच व रशियन क्रांतिकारकांशी त्यांनी संधान बांधले. नंतर त्यांनी जिनिव्हा येथे मुक्काम केला. तिथून 'वंदेमातरम' नावाचे जहाल वृत्तपत्र काढले.

१९०८ मध्ये जर्मनीमध्ये इंटरनॅशनल सोशॅलिस्ट कॉन्फरन्स भरली होती. सरदारसिंग राणा व मॅडम कामा या परिषदेस स्वतंत्र भारताच्या प्रतिनिधी म्हणून

उपस्थित राहिल्या. परिषदेत त्यांनी भारतीय ध्वज लपवून नेला होता. अचानक त्यांनी साडीच्या पदराखालून गुंडाळी काढली. ध्वज फडकावला. स्वतंत्र भारताचे पहिले तिरंगी निशाण फडकले. टाळ्यांचा कडकडाट झाला. ध्वज हा हिरवा, केशरी व तांबड्या रंगाचा होता. त्यावर सूर्य, चंद्र व आठ कमळे ही चिन्हे होती. जगातील एक पंचमांश मानवजात ही पारतंत्र्यापासून मुक्त केली पाहिजेत, असा ठराव या परिषदेत पास करण्यात आला. स्वातंत्र्यवीर सावरकर यांच्या प्रेरणेने १८५७च्या क्रांतीयुद्धाचा पन्नासावा वाढदिवस लंडनमधील इंडिया हाउस येथे आयोजित करण्यात आला होता. त्यासाठी मादामा कामा यांना आमंत्रित केले होते; परंतु त्या येऊ शकल्या नाहीत. मात्र त्यांनी शुभेच्छा संदेश व पंच्याहत्तर रुपयांचा निधी पाठविला.

कामा यांना अटक करण्यासाठी इंग्रज सतत प्रयत्न करीत होते. शेवटी त्यांनी फ्रान्सवर दडपण आणून त्यांना अटक करविली. त्यांना थोडेथोडके नव्हे तर एकूण पस्तीस वर्षांचे एकाकी जीवन जगावे लागले. प्रकृती खालावली. त्यामुळे त्यांना भारतात आणले. १६ ऑगस्ट, १९३६ रोजी मुंबई येथील पारसी जनरल हॉस्पिटल येथे त्यांचे निधन झाले. स्वातंत्र्य लढ्यात प्रखरतेने भाग घेतलेले महान व्यक्तिमत्त्व अनंतात विलीन झाले. स्वातंत्र्यवीर सावरकर म्हणाले -

'या थोर, प्रामाणिक व प्रेमळ स्त्रीच्या वागणुकीमुळेच जगातील माणुसकीवर माझी श्रद्धा बसू लागते.'

।। विकलांगतेवर मात करून साहित्यकार बनलेले नाथमाधव ।।

सुप्रसिद्ध साहित्यकार नाथमाधव यांचा जन्म ३ एप्रिल, १८८८ रोजी मुंबई येथे झाला. त्यांचे घरी दागिने बनविण्याचे काम चाले. कोळी लोक पितळेचे दागिने करून घेत. त्यामुळे त्यांचे आडनाव पितळे पडलेले. त्यांची आई कृष्णभक्त होती. म्हणून तिने त्यांचे नाव द्वारकानाथ ठेवले. आई त्यांना खूप गोष्टी सांगायची. वडीलही शिक्षणासाठी प्रोत्साहन देत होते. ते म्हणत, 'मुलांच्या शिक्षणासाठी खर्च म्हणजे पैसे व्याजी लावणे होय.' लेखनाची आवड त्यांच्या घरात होती. नंतर 'गन कॅरेज फॅक्टरी' येथे ते नोकरीस लागले. त्यांना शिकारीचा नाद होता. एक दिवस ते मुंबईला आपल्या नातेवाइकांकडे जाण्याच्या तयारीत होते, पण त्यांचा शिकारीचा शौक लक्षात घेऊन ब्रिटिश साहेबाने त्यांना शिकारीसाठी येण्याची गळ घातली. पुण्याजवळच्या सिंहगडावर ते शिकारीस गेले होते. कड्यावरून जाळीत खाली

पडून अपघात झाला. एक वर्ष इस्पितळात उपचार झाले, पण चालता येईना, कायमचे अपंगत्व आले.

आजारपणाच्या काळात त्यांनी विविध साहित्याचे विपुल वाचन केले. आई लहानपणी कथा सांगे ते बीज पेरले गेलेच होते. पुणे येथून प्रसिद्ध होणाऱ्या 'डेक्कन हेरॉल्ड' मध्ये त्यांचे लेख प्रसिद्ध होऊ लागले. कथा व कादंबऱ्या यांचे लिखाण सुरू झाले. अपघातात आलेले अपंगत्व ते विसरले. 'नाथमाधव' या टोपण नावाने साहित्य प्रसिद्ध होऊ लागले. त्यांना लिखाणाबाबत प्रबोधनकार ठाकरे मार्गदर्शन करीत. पनवेल जवळ ओटवणेशेट येथे ते लिखाण करीत. सुप्रसिद्ध नाटककार अण्णासाहेब किर्लोस्कर यांनीही रामराज्यवियोग तिथेच लिहिले. 'डॉक्टर' कादंबरी, 'गाता गळा शिंपिला मळा' अशा अनेक कादंबऱ्या त्यांनी लिहिल्या.

अपघाताने खच्ची न होता त्यातून मार्ग काढून एक विख्यात कादंबरीकार बनलेले हे व्यक्तिमत्त्व कोणाही नैराश्यग्रस्त व्यक्तीस दिलासा देणारे आहे.

।। नायडूंचे शिष्य हजारे ।।

क्रिकेटमध्ये 'धावांचा डोंगर' हा शब्दप्रयोग रूढ करणारे म्हणजे विजय सॅम्युअल हजारे. त्यांच्या आधी शतकवीर हा विरळाच. कोलकत्याच्या होजी या युरोपीयन खेळाडूने जातीय सामन्यात दोनशे धावा काढण्याचा एकदाच पराक्रम केला होता. मात्र शतक, द्विशतक, त्रिशतक काढण्याचा पायंडा पाडला तो विजय हजारे यांनीच.

एकदा डावाची धावसंख्या होती तीनशे चौऱ्याऐंशी, तर त्यामध्ये एकट्या हजारे यांच्या धावा होत्या तीनशे नऊ! १९४६ मध्ये झालेल्या यॉर्कशायर विरुद्धच्या सामन्यात विजय हजारे बादच होऊ शकले नाहीत. त्यांनी धावा काढल्या दोनशे बेचाळीस! कसोटी सामन्यात भारताला प्रथम विजय मिळवून देण्याचे श्रेय हजारे यांच्याकडे जाते.

हजारे हे सी. के. नायडू यांचे शिष्य. नायडूंनी भारतीय क्रिकेटला दर्जा आणून दिला. हजारेंनी भारतीय क्रिकेटला शौर्य मिळवून दिले. नायडूंनी भारतीय क्रिकेटला भव्यता आणली. हजारेंनी त्याला भक्कमपणा मिळवून दिला. भारताने पहिल्या टेस्ट सामन्यात विजय मिळवला, तो विजय हजारेंच्या नेतृत्वाखाली. दोघांचीही कार्यपद्धती वेगळी. साध्य एकच. नायडूंनंतर हजारे यांना पद्मश्री पदवी देऊन भारत सरकारने औचित्य साधले.

।। कोल्हापूरचा कीर्ती-स्तंभ ।।

जुना राजवाडा येथील कमानीजवळ सुबक असा एक स्तंभ उभारण्यात आला आहे. या स्तंभावर कोल्हापूर येथील अकरा आंतरराष्ट्रीय क्रीडापटूंची नावे कोरण्यात आली आहेत. त्यापैकी सहा ऑलिम्पिक व पाच क्रिकेटवीरांचा समावेश आहे. तो पुढीलप्रमाणे -

- दिनकर रावजी शिंदे या कुस्तीगारास छत्रपती शाहू महाराजांकडून प्रोत्साहन मिळाले. त्यांची भारताच्या पहिल्या ऑलिम्पिक संघात निवड झाली होती. ते १९२४ मध्ये अँटवर्प येथे गेले होते. त्यांचे धाकटे भाऊ म्हणजे सुप्रसिद्ध सिनेदिग्दर्शक माधव शिंदे होते. 'शिकलेली बायको', 'कन्यादान' हे त्यांचे गाजलेले चित्रपट.

- व्ही. व्ही. वजनदार हे बी. एस्सी. झालेले राजाराम कॉलेजचे विद्यार्थी. धावण्याच्या स्पर्धेत १९४६ मध्ये हर्डल्समध्ये त्यांनी भारतीय उच्चांक प्रस्थापित केला. पॅरिसमध्ये आंतरराष्ट्रीय विश्वविद्यालयीन सामन्यात त्यांनी कर्तबगारी गाजवली.

- हेलसिंकी येथे ऑलिम्पिक स्पर्धेत भारतास प्रथमच ब्राँझपदक मिळवून देणारे खेळाडू म्हणजे खाशाबा जाधव.

- के. डी. माणगावे हे हेलसिंकी येथील स्पर्धेत चौथे आले. त्यामुळे त्यांचे ब्राँझपदक थोडक्यात हुकले.

- पैलवान श्रीरंग जाधव यांची हेलसिंकी स्पर्धेसाठी कुस्तीगीर म्हणून निवड झालेली.

- बाबूराव जी काशिद (चव्हाण) यांनी मनिला येथे एशियाटिक सामन्यात पहिले रौप्यपदक मिळवून दिले.

या स्तंभावर नाव असलेले पाच क्रिकेट पांडव आहेत -

- रावसाहेब निंबाळकर
- भाऊसाहेब निंबाळकर
- विजय हजारे
- जयसिंग घोरपडे
- सदाशिव पाटील

कोल्हापुरातील सर्व क्रिकेटपटूंची नावे घालायची म्हणजे स्तंभ कुतुबमिनार एवढा करावा लागेल.

।। ऑलिम्पिकपटू मिल्खासिंग ।।

धावपटू मिल्खासिंग यांचा जन्म १७ ऑक्टोबर १९३५ रोजी पाकिस्तानातील पंजाब प्रांतात ल्यालपूर या गावी झाला. त्यांचे वडील शेती करीत. पाकिस्तानी दंग्यात त्यांचे आई, वडील, तीन भाऊ व एक बहीण मारले गेले. तेव्हा तो बारा वर्षांचा होता. त्याच्या मोठ्या भावाबरोबर, हवालदार मख्खनसिंगबरोबर तो दिल्लीस आला. फाळणीमुळे तो भारतात आला. नाहीतर तो शेतात औत धरून बसला असता.

शाळेत त्याने नववीपर्यंत शिक्षण घेतले. नंतर तो मोटार दुरुस्तीचे काम करू लागला. लष्करात १९५३ मध्ये शिपाई म्हणून तो भरती झाला. या नोकरीच्या निमित्ताने त्याचा सिकंदराबाद येथील ई. एम. ई. सेंटरशी संबंध आला. कारण या सेंटरच्या अधिपत्याखालीच त्याची नोकरी होती. इथे हॉकी, फुटबॉल, बास्केटबॉल हे खेळ खेळले जात.

मिल्खासिंग ॲथलेटिक्समध्ये भाग घेई. धावण्यामध्ये त्याने प्रावीण्य प्राप्त केले.

अठराव्या वर्षी त्याने खेळास प्रारंभ केला. त्यास कोणाचे मार्गदर्शन नव्हते. दिवसाचे पाच तास लष्कराच्या वर्कशॉपमध्ये जीप दुरुस्तीचे काम करी. त्याशिवाय सकाळी एक तास लष्करात कवायत चाले. इतक्या कष्टानंतरही रोज संध्याकाळी तो १०० ते ६०० मीटर धावण्याचा सराव करीत असे. त्याची उंची ५ फूट ९ इंच आणि वजन १४६ पौंड आहे. तो शांत व स्नेहील स्वभावाचा आहे. पतियाळा येथील ऑलिम्पिक सामन्यात त्याने धावपटू म्हणून नवे रेकॉर्ड निर्माण केले. राष्ट्रपती राजेंद्रप्रसाद यांचे शुभहस्ते ८ एप्रिल १९६९ रोजी त्याला पद्मश्री ही पदवी देऊन सन्मानित करण्यात आले.

।। रविंद्रनाथांची जडणघडण ।।

सौ. सरोजिनी कमतनूरकर यांनी रविंद्रनाथ टागोर यांना गुरूंचेही गुरू असे म्हटले आहे. रविंद्रनाथांना शाळेत जायला आवडत नसे. ते घरीच पाठांतर करीत. उपनिषदातील श्लोक त्यांना तोंडपाठ होते. त्याचे पडसाद त्यांच्या जीवनावर उमटले. उपनिषदांद्वारे या कुटुंबाचा पौराणिक युगातील भारताशी संबंध आला. रोज शुद्ध उच्चाराने न अडखळता ते श्लोक म्हणत. मुंज झाल्यावर गायत्री मंत्र म्हणू

लागले. भुर्भूवस्व: म्हणताना त्यांचे मन व्यापक होई. शिक्षणाचे सर्वांत मोठे अंग समजावून सांगणे हे नसून मनावर आघात, परिणाम करणे हे आहे.

रविंद्रनाथ एक आठवण सांगतात, 'दादा गच्चीवर एक दिवस 'मेघदूत' म्हणत होते. ते मला समजण्याची जरुरी वाटली नाही; परंतु त्याने हौसेने उत्साहाने ज्या ठेक्यात ते छंदबद्ध काव्य म्हटले तेवढ्याने माझे मन भरून गेले.'

बालपणी पाठ केलेली गीता, उपनिषदाचे श्लोक, निरनिराळे वाङ्मय यांनी मनावर विशिष्ट परिणाम झाले. यामुळे जीवनाच्या प्रगतीबरोबर नकळत त्याचा अर्थ रविंद्रनाथांना कळत गेला.

महर्षि देवेंद्रनाथ हे रविंद्रनाथांना हिमालयात खास प्रवास करण्यासाठी बरोबर घेऊन गेले. प्रवासात त्यांचे ज्ञान वाढत गेले. ते रविंद्रनाथांना नेहमी चार आणे देऊन ठेवीत. त्याचा हिशेब ठेवण्यास सांगत. त्यांच्या घरात एक सापाच्या आकाराचे घड्याळ होते. त्याला किल्ली द्यायला सांगत. भिकाऱ्याला पैसे द्यायचे असले तरी यालाच सांगत. पैशाचा हिशेब देताना एकदा शिल्लक वाढली तेव्हा देवेंद्रनाथ म्हणाले, "तुला माझा कॅशिअरच केला पाहिजे!" वडील संध्याकाळी त्याला गाणी म्हणायला सांगत. वेचक गाणी, इंग्रजी पुस्तके वाचायला सांगत. खरं शिक्षण त्यातूनच मिळत गेलं.

।। मोठा आत्मा असलेला माणूस ।।

श्री. प्रभाकर वेंगुर्लेकर यांनी ३० मार्च, १९५८च्या 'नवयुग'मध्ये 'महाराष्ट्राचे वंदन' नावाचा लेख लिहून पूज्य विनोबाजींची महती वर्णन केली आहे. विनोबांचा जन्म पेण तालुक्यात गांगोदे येथे १८९६ मध्ये झाला. त्यांचे वडील बडोदा येथे होते. तिथेच विनोबांचे शिक्षण झाले. ते आजन्म ब्रह्मचारी राहिले. बाविसाव्या वर्षी ते अध्ययनासाठी काशी येथे गेले. १९१६ साली त्यांनी महात्मा गांधींचे व्याख्यान

बनारस विद्यापीठात पदवीदान समारंभात ऐकले. त्यामुळे ते फारच प्रभावित झाले. त्यांनी महात्मा गांधींना पत्र लिहून आध्यात्मिक गुरू होण्याची विनंती केली. त्यानंतर कोचवर येथील गांधींच्या आश्रमात ते दाखल झाले.

वाई येथील पाठशाळेत त्यांनी संस्कृतचा अभ्यास केला. त्यांनी महात्मा गांधी यांना पत्र पाठवून आपणास पुत्र मानावे अशी विनंती केली. तेव्हा महात्मा गांधींनी त्यांना उत्तर पाठविले - 'तुझ्यासारखा मानसपुत्र असणे ही मला भाग्याची गोष्ट आहे. तुला मी पुत्र मानतो, पण एका अटीवर. मी जेव्हा हिरण्यकश्यपू होईन तेव्हा तू मला भक्त प्रल्हादाप्रमाणे वठणीवर आणण्याचे काम कर.'

प्रार्थनेच्या वेळची गोष्ट. दिवस होता १८ एप्रिल, १९५१ चा. विनोबाजींनी विनंती केली. मला भाऊ समजून जमीन द्या. रामचंद्र रेड्डी नावाच्या इसमाने तत्काळ दानपत्र दिले. भूमीदान करणारा हा पहिला दाता. हे घडले ते ठिकाण होते तेलंगणातील पोचमपल्ली. विनोबाजींची आपल्या कार्यावर श्रद्धा होती. पोटशूळासारखा विकार असतानाही त्यांनी भारतभ्रमण केले.

१९४० मध्ये महात्मा गांधींनी त्यांना प्रथम सत्याग्रही वीर म्हणून निवडले. टेनिसन यांनी लिहिलेले चरित्र, Saint on march मननीय आहे. गांधीजींचा आध्यात्मिक वारसा विनोबांकडे आला. विनोबाजी खरोखरीचे संत बनले होते. वाराणशी येथे मिळालेली प्रशस्तिपत्रके त्यांनी गंगार्पण करून टाकली. गांधीजींनी एकदा एक चिठ्ठी विनोबाजींना पाठविली. त्यात लिहिले होते -

'विनोबा तुझ्याइतका मोठा आत्मा माझ्या पाहण्यात नाही.' विनोबाजींनी चिठ्ठी वाचली. फाडून टाकली!

।। तुळशीची मंजिरी लता ।।

सुप्रसिद्ध साहित्यिका व आचार्य अत्रे यांच्या कन्या शिरीष पै यांनी गानकोकिळा लता मंगेशकर यांच्या दि. १९.७.१९५३ रोजी घेतलेल्या मुलाखतीतील काही भाग -

- वयाच्या चौथ्या की पाचव्या वर्षीच गायनाची आवड निर्माण झाली. माझे वडील अविनाश मोहित्यांना गाणे शिकवायचे. त्या वेळी मला वाटायचं की, यांच्यापेक्षाही आपण चांगलं गावं.
- गोव्यात थोड्या थोड्या अंतरावर वसलेली पुष्कळशी खेडी आहेत. एकदा माझे वडील एका खेड्याहून दुसऱ्या खेड्याला पायीच चालले होते. चालता चालता गुरूजी गाऊ लागले. ती चीज लिहून घेण्यासाठी माझ्या

वडिलांकडे कागद नव्हता. तर त्यांनी आपला सदरा काढून त्यावर ती चीज लिहून घेतली.

◆ वडिलांनी बसविलेल्या भावबंध नाटकात धुंडिराजाच्या मुलीची भूमिका मी करीत असे.

◆ मी गाणी गायलेले सर्व चित्रपट मी पाहिलेले नाहीत.

◆ पांढऱ्या रंगाचा पोषाख फार आवडतो. दागिने फारसे आवडत नाहीत. त्यातल्या त्यात मोत्यांचे आवडतात.

◆ थालीपीठ फार आवडतं.

◆ मुंबईतले क्लबातले जीवन आवडत नाही. आमची घरातली करमणूक म्हणजे कॅरम.

◆ गेल्या पाच महिन्यात पंधराशे चाळीस पत्रे आली. मला काही काही प्रेमपत्रेही येतात.

◆ अशा थोर व्यक्तींच्या मुलाखती 'नवयुग'मध्ये सातत्यानं येत. हे सदर शिरीष पै चालवित होत्या.

।। अब्राहम लिंकनचा विनोद ।।

इंग्रजी स्पेलिंगमध्ये लिंकन फार तयार होता. वर्गात स्पेलिंगचे सामने सुरू झाले म्हणजे ज्या बाजूला अब्राहम असे त्या बाजूची सरशी होई. म्हणून स्पेलिंगच्या सामन्यात अब्राहमला घ्यायचे नाही असे सर्व मुलांच्या सांगण्यावरून शिक्षकाने ठरविले. म्हणून जेव्हा जेव्हा स्पेलिंगचा सामना होई, तेव्हा तेव्हा अब्राहमला वर्गाच्या बाहेर उभे राहावे लागे. एकदा असाच स्पेलिंगचा सामना वर्गात चालू होता. शिक्षकाने 'डिफाईड' या शब्दाचे स्पेलिंग सांगायला मुलांना सांगितले, पण एकाही विद्यार्थ्याला त्या शब्दाचे स्पेलिंग सांगता आले नाही. तेव्हा शिक्षक भयंकर संतापले. ते ओरडून म्हणाले, ''या शब्दाचे बिनचूक स्पेलिंग सांगेपर्यंत मी एकाही मुलाला वर्गाबाहेर जाऊ देणार नाही.'' त्यामुळे मुलांच्या तोंडचे पाणी पळाले.

शेवटी एक मुलगी भीत भीत उभी राहिली आणि चाचरत चाचरत ती त्या शब्दाचे स्पेलिंग सांगण्याचा प्रयत्न करू लागली. 'DEF'

अब्राहम लिंकन वर्गाबाहेर उभा होता. तो त्या मुलीला वर्गातून दिसत होता. अब्राहमने हळूच आपल्या डोळ्यांना बोटाने हात लावून पुढचे 'आय' हे अक्षर सुचविले.

त्यावर ताबडतोब त्या मुलीने 'IED' असे त्या शब्दाचे स्पेलिंग पुरे करून

खुमासदार अत्रे । ८१

साऱ्या वर्गाकडून धन्यवाद मिळविले.

एकदा एकाने अब्राहमला विचारले, "काय रे, तुझे आजोबा कोण होते?" तेव्हा अब्राहमने उत्तर दिले, "माझे आजोबा कोण होते या चौकशीत मी कधी पडलोच नाही. कारण, त्यांचा नातू कोण होणार, हे जाणण्याची जास्त विवंचना मला लागून राहिली आहे."

एकदा एक माणूस गाडी हाकत रस्त्याने चालला होता. वाटेत अब्राहम लिंकन उभा होता. त्याने त्या गाडीवाल्याला हटकले आणि विचारले, "तुम्ही शेजारच्या गावाला जात आहात, तर कृपा करून माझ्यासाठी हा ओव्हरकोट त्या गावी नेऊन पोहोचवाल का?"

मोठ्या आनंदाने गाडीवाला म्हणाला, "पण तुम्हाला हा ओव्हरकोट परत कसा मिळणार?"

"का बरे! मी आहेच की ओव्हरकोटात! मी कुठे त्यातून बाहेर पडत आहे?" अब्राहम उत्तरला.

त्याचा तो खुबीदार विनोदी कोटीक्रम ऐकून गाडीवान खूश झाला आणि अब्राहमला मोठ्या आनंदाने आपल्या गाडीतून घेऊन गेला.

अब्राहम लिंकनचे पुढे मेरी टॉड या स्त्रीशी लग्न लागले. अब्राहम हा सव्वासहा फूट उंच होता. त्यामानाने त्याची बायको बुटकी होती. तिची उंची जेमतेम पाच फूट असेल.

पहिला मुलगा जेव्हा जन्माला आला तेव्हा त्याच्या आजूबाजूला राहणारे त्यांचे शेजारी अब्राहमचे अभिनंदन करायला त्याच्या घरी आले. वस्तुत: मुलगा झाल्यावर अब्राहम आनंदात असायला पाहिजे होता, पण तो गंभीर चेहरा करून बसला होता. तेव्हा एका शेजाऱ्याने अर्धवट स्मित करून त्याला विचारले, "काय बाळ-बाळंतीण सुखरूप ना?"

"हो. त्यांच्या प्रकृतीबद्दल काळजी करण्याचे काहीच कारण नाही. मी मात्र मोठ्या संकटातून निभावलो." अब्राहम दीर्घ सुस्कारा टाकीत उत्तरला.

"ते कसे काय?" चिंतातुर स्वरात शेजाऱ्याने विचारले.

"त्याचे असे." अब्राहम समजावून सांगू लागला. "मी असा उंच आणि माझी बायको अतिशय बुटकी. तेव्हा मला काळजी लागून राहिली होती की, माझ्या मुलाचा एक पाय माझ्यासारखा लांब अन् दुसरा पाय माझ्या बायकोसारखा आखूड झाला तर करा काय? पण ईश्वराची कृपा; तसे काही झाले नाही! फार मोठे संकट टळले."

एकदा असाच एका वकिलीच्या कामासाठी अब्राहम लिंकन एका भाडोत्री घोड्याच्या गाडीतून शेजारच्या गावी चालला असता गाडीत बसलेल्या एका

उतारूशी त्याचा वाद सुरू झाला. लिंकन म्हणाला, ''जगात असे एकही कृत्य नाही की, ज्याच्या मागे काही ना काहीतरी स्वार्थी हेतू नसेल!'' एवढ्यात वाटेत मध्येच एक चिखलाचे डबके लागले. त्यात एक डुकराचे पिलू चिखलात अडकून बसले होते. ते बाहेर पडण्याचा खूप प्रयत्न करीत होते, पण त्याला काही बाहेर पडता येईना. गाडीवाल्याने मोठ्या शर्थीने त्या डबक्याच्या कडेने गाडी काढली. त्यामुळे ते पिलू वाचले; नाहीतर ते गाडीच्या चाकाखाली चिरडले गेले असते. तथापि डबक्यातून बाहेर पडण्याची त्या पिल्लाची निष्फळ खटपट पाहून गाडीतले सारे उतारू मोठमोठ्याने हसू लागले. त्याबरोबर लिंकनने गाडीवाल्याला आपली गाडी थांबवायला सांगितली आणि तो खाली उतरून त्या डबक्याजवळ गेला. चिखलातून त्याने त्या पिल्लाला बाहेर काढले आणि रस्त्यावर आणून ठेवले. तेव्हा ते तुरुतुरु पळत निघून गेले. मग आपले हात साफ करून लिंकन मोठ्या समाधानाने गाडीत येऊन बसला. गाडी सुरू झाली.

तेव्हा ज्या उतारूशी वाद चालला होता. त्याने लिंकनला विचारले, ''आता मला सांगा की, या डुकराच्या पिल्लाला तुम्ही त्या डबक्यातून काढून रस्त्यावर ठेवलेत या कृत्यात तुमचा काही स्वार्थी हेतू, असे तुम्हाला म्हणता येणार नाही?''

त्यावर लिंकन एकदम उद्गारला, 'यात माझा अतिशय स्वार्थी हेतू होता. त्या पिल्लाला मी जर तसेच त्या डबक्यात राहू दिले असते तर त्याच्या आठवणीने माझा संबंध दिवस वाईट गेला असता. त्या मानसिक अस्वस्थतेमधून स्वत:ची सुटका करून घेण्यासाठी मी त्या पिल्लाला बाहेर काढले.''

अब्राहम लिंकन हा स्वभावाने फार दयाळू होता. म्हणून फाशीच्या किंवा दीर्घ मुदतीच्या शिक्षा झालेले अनेक कैदी त्याच्याकडे दयेचे अर्ज करीत. पुष्कळदा सहानुभूतीने विचार करून लिंकन त्यांच्या शिक्षेत बदल करीत असे. गुलामांचा व्यापार करण्याबद्दल जबर शिक्षा झालेल्या एका कैद्याकडून एकदा लिंकनकडे असाच दयेचा अर्ज आला. त्यात त्याने आपल्याला फार पश्चात्ताप झाला आहे. म्हणून आपल्या शिक्षेत सूट व्हावी, अशी विनंती केली होती. लिंकनने तो अर्ज काळजीपूर्वक वाचला आणि त्याची ज्याने शिफारस केली होती त्या मध्यस्थी मित्राला त्याने पुढीलप्रमाणे उत्तर दिले.

''मित्रा, दयेच्या अर्जाने माझे अंत:करण किती द्रवते हे तुला माहीत आहे. तू शिफारस केलेल्या कैद्याने एखाद्या माणसाचा अमानुषपणे खून केला असता तरी त्याला मी माफ केले असते, पण जो माणूस आफ्रिकेच्या मुलाबाळांना जबरदस्तीने या देशात घेऊन येतो आणि केवळ पैशाच्या आमिषाने गुलाम म्हणून विकतो, असा माणूस मला एखाद्या खुनी इसमापेक्षा फार भयंकर वाटतो. अशा माणसाला क्षमा करण्याचे पाप या जन्मात माझ्या हातून होणार नाही. हा माणूस तुरुंगात सडून आणि

खुमासदार अत्रे । ८३

कुजून मेला तरी मी त्याला सोडणार नाही.''

।। मोठी माणसे ।।

प्रा. कृष्णाजी पांडुरंग कुलकर्णी यांनी १९४५ सालच्या 'नवयुग'च्या दिवाळी अंकात दीडशे वर्षातील शंभर कर्तबगार महाराष्ट्रीय व्यक्तींची नावे दिली आहेत.

१. पंडित वैजनाथ शर्मा (अव्वल इंग्रजीमधील एक भाषापंडित व ग्रंथकार)
२. सदाशिव काशीनाथ शुक्ल (अव्वल इंग्रजीमधील एक ग्रंथकार)
३. दादोबा पांडुरंग (मराठी व्याकरणकार व काव्य टीकाकार)
४. बाळ गंगाधर जांभेकर (एक बुद्धिमान विद्वान व ग्रंथकार)
५. नाना शंकरशेट (आस्थेवाईक समाजसेवक)
६. गोपाळ हरी देशमुख (लोकहितवादी लेखक)
७. विष्णुबुवा ब्रह्मचारी (विचारप्रक्षोभक समाजसेवक)
८. ज्योतिबा फुले (विचारप्रक्षोभक समाजसेवक)
९. रावजी शास्त्री गोडबोले (काव्यसमीक्षाकार)
१०. महादेव मोरेश्वर कुंटे (वैदिक पंडित व संशोधक)
११. कृष्णशास्त्री चिपळूणकर (भाषांतरकार व विज्ञान)
१२. डॉ. आप्पासाहेब पटवर्धन (वैद्य व वैचारिक)
१३. महादेव गोविंद रानडे (सर्वांगीण सुधारणावादी वैचारिक)
१४. डॉ. रामचंद्र गोपाळ भांडारकर (संस्कृत पंडित, संशोधक व भाषा पंडित)
१५. काशीनाथ त्र्यंबक तेलंग (तेजस्वी बुद्धिमान पंडित)
१६. 'सार्वजनिक काका' जोशी (सार्वजनिक कार्यकर्ता)
१७. विष्णुशास्त्री चिपळूणकर (तेजस्वी व प्रक्षोभक लेखक)
१८. सयाजीराव गायकवाड (विचारवंत संस्थानिक)
१९. सर भालचंद्र भाटवडेकर (भिषग्वर व समाजसेवक)
२०. दिवाणबहादूर गोडबोले (स्थापत्य विशारद)
२१. बाळ गंगाधर टिळक (लोकाग्रणी व स्वातंत्र्यवादी हिंदुस्थानचे जनक)
२२. गोपाळ गणेश आगरकर (समाजसुधारणा पुरस्कारक, कार्यकर्ता, लेखक)
२३. प्रो. माणिकराव (शरीरसामर्थ्य पुरस्कर्ता)
२४. वामन शिवराम आपटे (बुद्धिमान संस्कृततज्ज्ञ)
२५. डॉ. मोरेश्वर गोपाळ देशमुख (मान्यवर भिषग्वर)
२६. डॉ. वि. ना. भाजेकर (मान्यवर शस्त्रक्रिया विशारद)

२७. गोपाळकृष्ण गोखले (राजकारणी मुत्सद्दी)
२८. विष्णु गोविंद विजापूरकर (राष्ट्रीय शिक्षणाचे प्रणेते)
२९. शाहू छत्रपती (मराठा समाजोद्धारक)
३०. धोंडो केशव कर्वे (स्त्री शिक्षण प्रणेते व समाजसुधारक)
३१. बळवंत पांडुरंग किर्लोस्कर (प्रभारी नाटककार)
३२. डॉ. आनंदीबाई जोशी (स्त्री भिषग्वर)
३३. भास्करराव बखले (प्रभावी गायक)
३४. जावजी दादाजी शेट (एक सत्प्रवृत्त टंक कारखानदार)
३५. रघुनाथ पांडुरंग करंदीकर (उलट तपासणी करणारा कुशल वकील)
३६. नरसिंह चिंतामण केळकर (चौरस लेखक निबंधकार व नाटककार)
३७. हरि नारायण आपटे (प्रभावी कादंबरीकार व संशोधक)
३८. विश्वनाथ काशीनाथ राजवाडे (प्रक्षोभक वैचारिक व संशोधक)
३९. शिवराम महादेव परांजपे (रसिक लेखक व वक्ते)
४०. गोपाळ कृष्ण देवधर (समाजसेवक)
४१. अंबाजी दामोदर काळे (पैसा फंडाचे कल्पक)
४२. डॉ. भीमराव रावजी आंबेडकर (विद्वान व निर्भय पुढारी)
४३. गोविंद सखाराम सरदेसाई (इतिहास लेखक)
४४. शंकर श्रीकृष्ण देव (आस्थेवाईक ग्रंथसंपादक व समर्थभक्त)
४५. प्रतापशेट (वेदान्तविद्येचा श्रीमान आश्रयदाता)
४६. गणपतराव जोशी (प्रभावी नट)
४७. वामन श्रीधर आपटे (एक धनसंचयक धनाढ्य उद्योगपती)
४८. विष्णु दिगंबर पलूसकर (भारतीय संगीत पुरस्कर्ता)
४९. कृष्णाजी केशव दामले ('केशवसुत' आधुनिक मराठी काव्याचे प्रणेते)
५०. कृष्णाजी प्रभाकर खाडीलकर (प्रभावी नाटककार)
५१. श्रीपाद कृष्ण कोल्हटकर (नाटककार व विनोदकार)
५२. दत्तात्रय बळवंत पारसनीस (ऐतिहासिक साधन संग्राहक)
५३. अब्दुल करीम खाँ (संगीत कलावंत)
५४. बाळासाहेब पंतप्रतिनिधी (सत्प्रवृत्त संस्थानिक व चित्रकार)
५५. विनायक लक्ष्मण भावे (महाराष्ट्र सारस्वतेतिहास लेखक)
५६. लक्ष्मण रामचंद्र पांगारकर (सहृदय व भाविक साहित्येतिहास लेखक)
५७. बाबूराव पेंटर, व्ही. शांताराम किंवा फाळके (चलच्चित्रपटकार)
५८. नारायण वामन टिळक (महाराष्ट्रीय ख्रिस्ती साहित्यिक)
५९. रघुनाथ पुरुषोत्तम परांजपे (बुद्धिमान गणितज्ज्ञ)

खुमासदार अत्रे । ८५

६०. वासुदेव चिरमुले (विमातज्ज्ञ)
६१. नारायण गोविंद चापेकर (समाजसंशोधक व निबंधकार)
६२. अच्युतराव कोल्हटकर (जनतेचे पत्रकार व वक्ते)
६३. डॉ. श्रीधर व्यंकटेश केतकर (कल्पक, ग्रंथकार, समाजसंशोधक)
६४. विनायक दामोदर सावरकर (हिंदुत्वाभिमानी, प्रक्षोभक वैचारिक)
६५. प्रो. दिनकर बळवंत देवधर (क्रिकेटपटू)
६६. डॉ. बाळकृष्ण शिवराम मुंजे (हिंदुत्वाभिमानी, पुरुषार्थप्रसारक)
६७. लक्ष्मणराव किर्लोस्कर (कल्पक कारखानदार)
६८. विठ्ठल रामजी शिंदे (कळकळीचा दलित व गोद्धारक)
६९. पांडुरंग वामन काणे (संस्कृतविद्या पंडित)
७०. यशवंत खुशालराव देशपांडे (प्राचीन मराठी वाङ्मयाभ्यासी)
७१. माधव त्र्यंबक पटवर्धन (संशोधक, समीक्षक व कवी)
७२. विष्णु सखाराम सुखटणकर (संस्कृत ग्रंथसंपादक)
७३. बाळ गंगाधर खेर (सद्विचारी व सद्भावनी लोकनायक)
७४. भाऊ पायगोंडा पाटील (त्यागी दलित वर्गोद्धारक)
७५. राम गणेश गडकरी (कवी, नाटककार, विनोदकार)
७६. वामन मल्हार जोशी (कादंबरीकार, समीक्षक)
७७. श्रीपाद महादेव माटे (चिकित्सक व विनोदी लेखक)
७८. शंकर दत्तात्रय देव (निर्भय काँग्रेस सेवक)
७९. ग. त्र्यं. माडखोलकर (वर्तमानपत्रकार, समीक्षाकार)
८०. अच्युतराव पटवर्धन (तरुण महाराष्ट्राचे जनक व नेते)
८१. आचार्य कालेलकर (ओजस्वी लेखक, ग्रंथकार)
८२. गणेश सखाराम महाजनी (बुद्धिमान गणितशास्त्रज्ञ)
८३. भा. रा. तांबे (प्रतिभावान कवी)
८४. लक्ष्मीबाई टिळक (सहृदयन लेखक)
८५. तर्कतीर्थ लक्ष्मणशास्त्री जोशी (नवमतसमावेशक बुद्धिमान संस्कृतपंडित)
८६. नरहर रघुनाथ फाटक (सूक्ष्म व स्वतंत्रविचारी लेखक)
८७. दत्तो वामन पोतदार (संस्थाचालक, साहित्यप्रचारक)
८८. दत्तात्रेय विष्णु आपटे (इतिहास सिद्धांतिक)
८९. नारायण सीताराम फडके (ललित कादंबरीकार)
९०. विष्णु सखाराम खांडेकर (गद्यकवी व कादंबरीकार)
९१. भार्गवराव विठ्ठल वरेरकर (कादंबरीकार, नाटककार)
९२. प्रल्हाद केशव अत्रे (नाटककार, विनोदकार, विडंबन कवी)

९३. त्र्यंबकराव शेजवलकर (समाजवादी वैचारिक)

९४. साने गरूजी (सद्भावप्रधान कादंबरीकार)

९५. विनोबा भावे (महाराष्ट्रीय गांधीवादी वैचारिक)

९६. शंकर दत्तात्रय जावडेकर (समाजवादी, तत्त्वज्ञानी ग्रंथकार)

९७. गुलाबराव महाराज (साधू, साक्षात्कारी व कवी)

९८. डॉ. भडकमकर (भिषग्वर)

९९. नारायणराव राजहंस (नट व गायक)

१००. दत्तात्रय बाळकृष्ण लिमये (शास्त्रसंशोधक)

नानासाहेब पेशवे, तात्या टोपे, राणी लक्ष्मीबाई, वासुदेव बळवंत फडके अशी काही नावे गाळली असल्याचे मान्य करून लेखक म्हणतो, 'आमच्याकडे वीस लाखात एक कर्तबगार व्यक्ती असे प्रमाण पडते तर ग्रेट ब्रिटनमध्ये लाखात सव्वा माणूस कर्तबगार असे प्रमाण पडते.'

'नवयुग'नं थोरांची थोरवी अगदी मोठ्या मनानं मांडली. ती माहिती जो वाचेल तो या जगात वाचेल!

।। चंद्रज्योती आणि भुईनळे ।।

विनोदाचे व्याकरण या विषयावर अत्रे म्हणतात -

दुःखाने भरलेल्या या विश्वात मानवाला मिळालेल्या विनोदाच्या महान देणगीमुळे तो जगत असतो. माणसाला भाषा येण्यापूर्वी हसता येते. हास्य ही माणसाची मूलभूत प्रवृत्ती आहे व त्यावरच विनोदाची इमारत उभारली गेली आहे. जीवनातील विसंगती, विकृती यांच्याकडे दयाबुद्धीने जो पाहतो तो विनोदी. अशी व्याख्या ॲरिस्टॉटलने केली आहे. विनोदाचा विषय दुःख हा आहे असे कॅन्ट म्हणतो.

दुःखातून हास्य उद्भवते याचे एकच उदाहरण सांगतो. १९१४ साली आम्ही मॅट्रिकच्या वर्गात होतो. त्या वेळी आमचे शिक्षक आजारी पडले. जर्मनीबरोबरची लढाई त्या वेळी नुकतीच सुरू झाली होती व जर्मनीने हिंदुस्थान घेतले तर आमची मॅट्रिकची परीक्षा चुके, असे आम्हाला वाटले होते. पण तसे झाले नाही. आमच्या शाळेतील एक लोकप्रिय शिक्षक त्याच वेळी मरणोन्मुख अवस्थेप्रत गेले. तेव्हा आम्ही ४००-५०० विद्यार्थी त्यांच्या घरी गेलो व त्यांचा ग्रंथ अर्ध्या तासात आटोपणार म्हणून वाट पाहत बसलो. थोड्या थोड्या वेळाने एक एक विद्यार्थी आत जाई व अजून संपले नाहीत म्हणून येऊन सांगे. शाळेतील एका मूर्ख ड्रॉईंग मास्तराने दूरदर्शीपणाने त्यांचा पाससुद्धा काढून ठेवला आणि इतर सामानही आणून ठेवले.

खुमासदार अत्रे । ८७

मंडई शेजारच्या दुकानातून फडके, मडके वगैरे आम्ही आणले. ९ वाजले, १० वाजले, ११ वाजले तरी मास्तर आपले तसेच. परमेश्वरा यांना आपल्या घरी ने अशी केविलवाणी प्रार्थनासुद्धा केली व शेवटी पहाटे पाच वाजता ते गेले. हा प्रसंग घडला तेव्हा कोणी हसले नाही.

पण आपण आज या प्रसंगी हसत आहोत. जीवनात अनंत दुःखे आहेत. ती दुःखे सहन करून कधी कधी हसू येते. माधव ज्युलियन वारले तेव्हा आम्ही सर्व मंडळी स्मशानात गेलो. नरसोपंत केळकर हेही स्मशानात आले होते. एक तरुण कवी तेथे आला आणि 'तात्या माधवराव गेले हो' म्हणून त्याने त्यांना भर स्मशानात मिठी मारली. या वेळी हसावे की रडावे हेच कळेना. वास्तववादी जगातील दुःखे हा विनोदाचा विषय होऊ शकतो. लहानपणीचे दोन मित्र मोठेपणी एकत्र आले म्हणजे लहानपणी शाळेत खाल्लेल्या माराच्याच आठवणी काढतात. पूर्वी भोगलेली दुःखे नंतर विनोदाचे भांडवल ठरते.

रंगभूमीवर जसा एक नट गेल्यावर दुसरा नट प्रवेश करतो, तसा जीवनाच्या रंगभूमीवर एका बाजूने दुःख गेल्यावर दुसऱ्या बाजूने विनोदाचा प्रवेश होतो.

।। मरण हा विनोदाचा मोठा विषय आहे ।।

चिंतामणराव जोशी अशीच एक विनोदी गोष्ट सांगतात. एकदा खेडेगावातील दोन-चार माणसे मुंबईत आली. त्यांचा एक नातेवाईक जे. जे. हॉस्पिटलमध्ये मरण पावला. त्याची तयारी करण्यासाठी त्या लोकांनी फडके, मडके वगैरे आणले आणि भूक लागली म्हणून ते सर्व सामान घेऊन आंग्रेवाडीतील एका मित्राच्या घरी गेले. चौथ्या मजल्यावर त्यांचा मित्र राहत होता. पाहुण्यांनी सामान बाहेर ठेवले अन् ते आत गेले. मित्राने पाहुण्यांचा आदरसत्कार केला व बायकोला चहा आणि शिरा करण्यास सांगितले. सामान पाहून चाळीत एकच हल्लकल्लोळ झाला. अरे हे आहे काय! काय कल्पना नव्हती बुवा! असे लोक म्हणाले आणि जो तो चाळीतील त्या इसमाच्या खोलीवरून खेपा टाकू लागला. आपल्या घरावरून रोज कुत्रेही जात नाही, पण आज एवढी रहदारी का? असा त्या इसमाला प्रश्न पडला. काही लोकांनी पाहिले तो आत खुशाल गप्पा चालल्या होत्या. नंतर एक जण धिटाईने पुढे आला आणि त्याने विचारले कोण? त्यावरून आतून उत्तर आले पाहुणे!

दुसरा प्रश्न आला. कधी? त्यावर प्रत्युत्तर आले 'आत्ताच!'

अपेक्षाभंगानेही विनोद होतो. जादूगार जसा हा हा म्हणता रुपया काढतो तशातला हा प्रकार आहे. 'लोकमान्य गेले, गांधीही गेले, माझीही प्रकृती सध्या

बिघडली आहे.' असे म्हटले तर तुमचा अपेक्षाभंग होईल की नाही!

मामा वरेरकर व माझे वाङ्मयात वैर आहे, पण मी त्यांचा द्वेष करू शकत नाही. विनोदी माणूस हलकट नसतो. त्यांचे आमचे वाङ्मयीन भांडण. त्यामुळे एकमेकांबद्दल काही विषय निघायचाच. एकदा मी म्हटले, 'या महाराष्ट्रामध्ये सर्वांत मोठा नाटककार जर कोणी असेल तर तो मामा वरेरकर.' लोकांनी लगेच टाळ्यांचा कडकडाट केला, पण नंतर मी म्हणालो, 'असे त्यांचे स्वतःचे मत आहे!' त्यामुळे एकदम माणूस खाली कोसळतो. यालाच कोणी कलाटणी असेही म्हणतात.

एकदा मी आगगाडीतून चाललो होतो. एका डब्यात एका बाजूला तो बसला होता. त्याच्या मांडीवर ती बसली होती. तो कुरूप होता. ती सुंदर होती. तो तिच्या गळ्याला मिठी मारी. तिचे चुंबन घेई. तो लोकांकडे पाहतच नव्हता. असे दोन-तीन तास चालले होते. त्याचे वय ऐंशी वर्षांचे होते. तो आजोबा होता. ती त्याची नात होती.

शाब्दिक कोट्यांपेक्षा कल्पनेवर आधारलेला विनोद श्रेष्ठ. काही चांगल्या कोट्यांनीही विनोद निर्माण होतो. एक गृहस्थ आपण टिळकांचे दोस्त आहोत, असे सांगत व 'माझ्याशिवाय गायकवाडवाड्यात सुपारीचे खांड फुटत नाही' म्हणून फुशारकी मारत. त्यावर मी त्यांना म्हटले की, 'लोकमान्यांना सुपारीचे खांड फोडण्यासाठी तुमच्यासारख्या दगडाचीच आवश्यकता आहे!' सल्लागार म्हणजे ज्याचा सल्ला 'गार' असतो तो, विद्यापीठ म्हणजे विद्येचे 'पीठ' करते ते.

शाब्दिक विनोदापेक्षा कल्पनानिष्ठ विनोद जास्त श्रेष्ठ आहे. वाईची गोष्ट सांगतो. कृष्णा नदीत एकदा शिक्षक व विद्यार्थी पोहायला गेले. मास्तरला पोहता येत नव्हते म्हणून धारेत अडकले. इंग्रजी पाचवीतल्या गोखलेंनी त्यांना तीरावर आणले. मास्तरांनी सद्गदित होऊन विचारले, ''गोखले, तू मला वाचवले. तुला काय पाहिजे?'' गोखले म्हणाला, ''मी तुम्हाला वाचवले हे शाळेत सांगू नका. नाहीतर एक दिवसाची सुटी बुडवली म्हणून मुले मला मारतील!''

एकदा नवरा-बायको सिनेमाला गेले. पडद्यावर नायक-नायिकेची गंमत सुरू झाली.

पार्वतीबाई धोंडोपंतांना म्हणाल्या, ''बघा, बघा जरा, नाहीतर तुम्ही!'' त्यावर धोंडोपंत म्हणतात, ''त्याला त्याबद्दल दहा हजार रुपये मिळतात. फुकट करतो की काय तो.''

चर्चिलने अशीच एक गोष्ट सांगितली आहे. एक लहान मुलगा विहिरीत पडून बुडत होता. त्याला एकाने वर काढले. इतक्यात त्याची आई तिथे आली व 'कुणी काढले याला?' असे तिने विचारले. बाई आपली प्रशंसा करेल असे काढणाऱ्याला वाटले. तो पुढे आला. 'मी काढले.' माणूस म्हणाला. बाईने विचारले, 'पण याची

टोपी कुठे आहे?'

परिस्थिती व स्वभाव यामुळे विनोद निर्माण होतो. तात्यासाहेब केळकर याबद्दलच्या गोष्टी सांगत. एका खेडेगावात एक शिक्षक होता. कधी डेप्युटी फिरतीवर येई! एके दिवशी मास्तर शाळेतच टेबलावर पाय आडवे करून न्हाव्याकडून हजामत करून घेत होते. दाढीला साबण लावलेला होता. तोच डेप्युटी आले. शिक्षक घाबरले. न्हावी गांगरला. पण डेप्युटी म्हणाले, 'तुझे काम होऊ दे, मागून मी करतोच!'

लहानपणी आम्ही एका खेडेगावी नाटक रंगवायला गेलो. हरिश्चंद्राचे नाटक होते. तारामतीला रंगविण्याचे काम माझ्याकडे होते. तारामतीची मी चौकशी केली तो एक मिशा असलेला वृद्ध गृहस्थ माझ्या समोर आला. 'मिशा का काढल्या नाहीत' म्हणून विचारता, 'अजून माझे वडील जिवंत आहेत' असे तो म्हणाला व लोकांना माहीत आहे असेही त्याने सांगितले. तसेच त्याला रंगवले. तारामतीला मिशा होत्या, तरी कोणीच हसले नाही!

।। आणखी काही चंद्रज्योती आणि भुईनळे ।।

बालगंधर्वांना अत्तराचा भारी शौक आहे. ज्या अत्तराला जास्तीत जास्त किंमत पडते ते अत्तर उत्तम असते अशीही बालगंधर्वांची समजूत आहे. तेव्हा - महायुद्धाच्या काळात त्यांनी कोणते अत्तर घ्यावे?

महायुद्धात गॅसोलिनला अतिशय भाव आला आहे. तेव्हा बालगंधर्वांनी उत्तम अत्तर म्हणून गॅसोलिन खरेदी करावे!

◆ नवरा-बायकोत कडाक्याची होणारी भांडणे मिटवण्याचा सोपा उपाय आहे का?

खोलीतील दिवा विझवून टाका. अंधारात भांडणे आपोआप मिटतील.

◆ मला सिगारेट प्यायल्याशिवाय राहवत नाही. ती मात्र सिगारेट ओठातून ओढून घेते.

बरोबर आहे तुमच्या ओठावर तिचाच अधिकार आहे ना!

।। घशात पैसा ।।

नागपूरहून एक गृहस्थ खासगी रीतीने कळवितात, 'काल माझ्या पत्नीच्या घशात एक पैसा अडकल्यामुळे घरात सर्वत्र हाहा:कार उडाला!'

◆ पैसा गेला म्हणून!

◆ चारित्र्यवान पुरुष मान ताठ ठेवून फिरतो.
  चारित्र्यवान स्त्री मान खाली घालून फिरते.

◆ रस्त्यावर पडलेल्या खाचखळग्यांना आपण खड्डे म्हणतो. स्त्रीच्या गालावर हा खड्डा पडला की त्याला आपण खळी म्हणतो.

◆ आजकाल जगात सर्वत्र धांदल आणि वेळेची बचत करण्याची घाई दिसून येते.

दोन तासाची नाटिका, एक तासाचा सिनेमा, पाच मिनिटांची लघुकथा. सारं काही झटपट आटोपणारं पाहिजे. इतकंच काय! फार काळ जगायलाही माणसं तयार नसतात.

◆ मोटर ड्रायव्हिंग शिकवता अन् असला फाजिलपणा करता होय - सुलभा म्हणाली.

फाजिलपणा कसला! असली विद्यार्थिनी मिळाल्यावर निव्वळ मोटर शिकवणे शक्य आहे का?

पुरे झालं! दोन महिन्यात काही शिकवलं नाही. गाडी स्टार्ट करताना नेहमी पाय दाबता. व्हील धरताना माझ्या हातावर हात ठेवता अन् गिअर बदलताना कोपरखळ्या मारता!

◆ घड्याळ आपल्या संसाराचे छोटे प्रतीक - स्त्री लहान काटा, पुरुष मोठा. पुरुष जीवनाचा आटापिटा करून स्त्रीसाठी भ्रमण करतो. - मध्येच ठेच लावून घेतो. स्त्री मोठेपणा मिळवून हरघडी जीवाचे बारा वाजवून आली. घड्याळाच्या ठोक्याप्रमाणे जगाला सांगते.

संसार घडीच्या क्षेत्रात केवळ स्त्री-पुरुषांच्या काट्यांनी भागत नाही. त्यांना नियंत्रण घालणारा अपत्याचा तिसरा चिमुकला काटा असावाच लागतो.

।। एक शून्य वकील ।।

एक वकील अब्राहम लिंकन यांना म्हणाले, "केवळ दहा न्यायाधीशांमध्ये अमेरिकेचा न्यायदानाचा कारभार चालणे कठीण आहे. त्यासाठी आपण मला वरिष्ठ न्यायाधीश म्हणून नेमा.''

त्यावर लिंकन त्यांना म्हणाले, "दहा ऐवजी आपण शंभर न्यायाधीश करू की. सध्याच्या दहावर एक शून्य दिले म्हणजे शंभर होतील.''

।। पोरका ।।

एका मुलाने पैशाच्या लोभापायी स्वतःच्या धनाढ्य आई-वडिलांचा दगडाने ठेचून निर्घृण खून केला. त्याला हे खून काही पचले नाहीत. त्याला न्यायालयाने कडक शिक्षा सुनावली.

त्यावर तो न्यायाधीशांना म्हणाला, 'मला क्षमा करा. माझी शिक्षा कमी करा. माझ्यावर दया दाखवा, कारण मी पोरका आहे!'

।। हास्य व रुदन ।।

पुणे येथील संगीत विद्यालयाच्या वार्षिक स्नेहसंमेलनप्रसंगी बोलताना श्री. गोविंदराव टेंबे म्हणाले, "सर्व कलांची अधिष्ठात्री देवता सरस्वती हिचे हास्य म्हणजे संगीत असे मी मानतो.''

◆ सरस्वतीचे हास्य म्हणजे संगीत असेल, पण गवयाचे रडणे म्हणजे संगीत अशी बऱ्याच जणांची समजूत आहे.

।। रबर जिंकाच ।।

वेगाने शतके पुरी करील जे, 'मुश्ताक', 'मर्चंट' ते
गेली तशी आज कुठे कुशलता, तो वेग, चापल्य ते?
आहे बोलर, फास्ट कुठचा निस्सारच्या तोडीचा?

९२ । खुमासदार अत्रे

गेला पण कुठे रुबाब सगळा बॅटीतला पूर्वीचा?
वाटे काय तुम्हाला 'टेस्ट' म्हणजे सामान्य चेंडूफळी?
ठोका बॉल मिळेल 'लूज' जितका फोडूनिया साखळी!
'सी के' मारीत जी पुढे सहजही ती आठवा 'सिक्सर'
चेंडू पार करा. खुशाल जितका 'फुल्टॉस' आला तर!
'चश्मे' आणिक 'भोपळे' मिळविणे द्या ते सर्व सोडूनी!
द्या सोडूनही खेळणे टुकुटुकु जाणीव ठेवा मनी -
झाले 'प्रिन्स दुलीप' 'वीर रणजी' येथे पतौडी जसे
'लाला', 'मेजर नायडू' अतिरथी 'हेमू' 'हजारे' तसे
हॉकीतून अजिंक्य स्थान हुकले त्या 'रोम' मध्ये तिथे
'पाकिस्तान' विरुद्धचे 'रबर' घ्या जिंकून यंदा इथे!

केशव शिरसेकर (४.१२.१९६०)

।। सावकाराचा वायदा ।।

सावकार - अरे माझे पैसे परत कधी देणार?

ऋणको - सहा महिने थांबा.

सावकार - बघ हं, सहा महिने मागणार नाही. मग मात्र सरळ पैशावर पाणी सोडीन. हयगय करणार नाही.

ऋणको - तसं करू नका. खरंच मी पैसे देईन.

सावकार - छट्, निर्णय म्हणजे निर्णय. फारतर आणखी सहा महिने वाट बघीन आणि मग पाणी सोडीन.

ऋणको - यातून काही तडजोड काढा.

सावकार - बघ! सहा महिन्यांनी मी निम्म्या रकमेबद्दल काही बोलणार नाही. मग झालं!

ऋणको - आभारी आहे. मीही निम्म्या रकमेबद्दल काही बोलणार नाही.

।। वेचलेली माती ।।

वाचकांसाठी वृत्तपत्रात सुविचार द्यायचे असतील तर त्या सदराला शीर्षक काय असू शकेल? 'वेचलेले मोती' हे सुयोग्य दिसेल. पण आचार्य अत्रे यांनी 'नवयुग'मध्ये विडंबन म्हणून 'वेचलेली माती' हे सदर घातले. याचे लेखक म्हणून नाव दिलं - प्रो. कडके म्हणजे प्रा. ना. सी. फडक्यांवरचा राग इथंही काढलाच! त्या सदरातले काही विचार पाहा -

* म्हातारपण हे दैवाधीन आहे, पण शिष्या मिळवणं हे आपल्या आधीन आहे.

* बालपणी पाठशाळा, तरुणपणी नाटकशाळा आणि म्हातारपणी धर्मशाळा या पुरुषार्थाच्या तीन अवस्था आहेत.

* बालपणी माखनचोर, तरुणपणी कोंबडीचोर आणि म्हातारपणी वाङ्मयचोर ही खऱ्या साहित्यिकाची तीन लक्षणे आहेत.

* वर्तमानपत्र एक इसम काढू शकतो, पण ते बुडवायला साहाय्यक लागतात.

* बहिरा माणूस नेहमी साशंक असतो कारण लोक आपल्याला शिव्या देतात की स्तुती करतात हे त्याला कळत नाही.

इसापनीतीत नसलेल्या गोष्टी

।। ससा आणि कासव ।।

एक होता ससा अन् एक होते कासव. एकदा काय झालं, ससा आणि कासवाची पळण्याची शर्यत लागली. ससा अगदी वेगात धावणारा, तर कासव म्हणजे अगदी मंदगतीचे प्रतीक. शर्यतीला सुरुवात झाली. ससा आणि कासव दोघेही धावू लागले. सशाला वाटले हे कासव पळून पळून किती वेगात धावणार? म्हणून ससा अगदी रमतगमत निघाला. कासव मात्र आपली शक्ती पणाला लावून सतत धावत राहिले. सशाच्या बेफिकीर वृत्तीमुळे आणि कासवाच्या अथक प्रयत्नांमुळे कासव शर्यत जिंकले.

कासवाची सर्वांनी वाहवा केली. कासव स्तुतीने फुगून गेले. त्याला वाटू लागले आता वेगामध्ये आपणच सर्वश्रेष्ठ. पुढे त्याने एकदा वाऱ्याशी स्पर्धा करण्याचे ठरविले. आता वारा म्हणजे मूर्तिमंत वेगाचे प्रतीक, पण कासव म्हणाले लावा त्याच्याशी स्पर्धा. झाले! एक दिवस स्पर्धा सुरू झाली.

कासव पुढे, वारा मागे. वारा सतत कासवाला जोरात ढकलू लागला. कासव दमून गेले. विश्रांतीसाठी थांबू म्हणायचे तर वारा ढकलतच राहायचा. कासव थकून थकून मरून गेले.

तात्पर्य - दैवाने मिळालेले यश चिरस्थायी नसते.

।। गाढव आणि सिंहाचे कातडे ।।

एक होते गाढव. त्याला वाटले आपण व्हावे जंगलाचे राजे. यासाठी काय करावे या विचारात ते फिरत होते. त्याला सुचली एक युक्ती. त्याने मेलेल्या सिंहाचे कातडे मिळवले. ते स्वतःच्या अंगावर लपेटून घेतले. ते जंगलातून फिरू लागले. एक दिवस ते गाढव आनंदाने ओरडू लागले. तेव्हा हा गाढवाचा आवाज ऐकून साऱ्या प्राण्यांना त्याचे खरे स्वरूप लक्षात आले. सारे प्राणी त्याला त्रास देऊ लागले. त्याची फजिती झाली.

एक दिवस एक सर्कसवाला जंगलातून चालला होता. त्याने या सिंहरूपी गाढवाला सर्कसमध्ये नेले. सिंहाचे सारे खेळ प्रेक्षकांना या गाढवाकडून करून दाखविले. कमी खर्चात सिंहाचे खेळ दाखविता येतात म्हणून सर्कस मालकही खूश होता. तेव्हा एका सहकाऱ्याने सांगितले आता गाढव ओरडण्याची शक्यता आहे. गाढवाचा आवाज प्रेक्षकांच्या कानी गेल्यावर फसवणूक झाली म्हणून ते रागावतील तेव्हा सर्कसवाल्याने घोषणा केली -

'आता हा सिंह गाढवाचा आवाज काढून दाखवेल!'

गाढवाने तेही दाखविले! प्रेक्षकांनी टाळ्यांचा कडकडाट केला!

तात्पर्य - लोक सहज फसतात. फसविता आले पाहिजे!

।। बिरबल काळा का? ।।

बिरबल काळा म्हणून सारे दरबारी व बादशहा जोरजोरात हसत होते. बिरबल दरबारात आल्यावर सारे का हसतात हे त्याला उमजेना. त्याने विचारल्यावर बादशहाने सांगितले, 'तुझा रंग काळा म्हणून सारे हसतात.' तेव्हा बिरबल म्हणाला—

परमेश्वराने सृष्टीची रचना करण्यास सुरुवात केली तेव्हा आरंभी त्याने वृक्ष, वनस्पती निर्माण केल्या. तेवढ्याने समाधान न झाल्याने पक्षी व पशू निर्माण केले. काही काळ आनंदात गेल्यावर मग त्याने पशुपक्ष्यांपेक्षा उत्तम प्राणी तयार करायचे ठरविले. मानव तयार केला. मानवजातीला देण्यासाठी त्याने रूप, धन, बल आणि बुद्धी हे चार गुण निर्माण केले व ते लांब लांब अंतरावरच्या घरात साठवून ठेवले. प्रत्येकाने पाहिजे तेवढे ते गुण घ्यावेत असे प्रकटन केले. पण - घंटा वाजल्यावर थांबायचे. बरेच लोक रूप व धन घेण्यात गुंग राहिले. बिरबल बुद्धी घेत राहिला. घंटा झाली. बाकी सरदार रूपवान व धनवान झाले, पण त्यांना बुद्धी नाही मिळाली.

बिरबल काळा असला तरी बुद्धिमान आहे. हे ऐकून सारे सरदार खजील झाले.

।। पुण्यात नभोवाणी ।।

पुणे नभोवाणी केंद्र पुढील सहा महिन्यांत तयार होऊन पुणेकरांची चांगलीच सोय होणार आहे.

◆ पुण्याचे साहित्यिक आत्तापासून आपापले कार्यक्रम तयार करण्यात गढून गेले आहेत.

◆ पुण्याच्या नभोवाणीवर पहिल्याच दिवशी म्हणे पुढील कार्यक्रम होणार आहेत.

◆ मंगलप्रभात, सोन्यामारुतीची आरती, मंडईतील बाजारभाव.

◆ 'मी सिंहगडावर मारलेले वाघ' या विषयावर जयंतराव टिळक यांचे सप्रयोग व्याख्यान.

◆ पुणे शहरातील म्हशी व सायकली - लहान मुलांसाठी कार्यक्रम.

◆ पुणेकरांची सोय व तेलचिंधी व्याख्यान - शकुंतला परांजपे

◆ आम्हा विद्वानांचे पुढे काय - प्रबंधवाचन : श्री. के. क्षीरसागर

◆ पुरणपोळी हे एक पूरक अन्न आहे काय? - विविध तज्ज्ञांची चर्चा

◆ पुलाखालचे पाणी व पुलावरील तरुणी - 'संगीत नाटिका'

◆ 'आप्पा मला कसे दिसतात' - महिलांसाठी कार्यक्रम
(इथे आप्पा म्हणजे ना. सी. फडके हे सुज्ञ वाचकांच्या लक्षात येईलच.)

◆ पुण्यातील अश्लीलता - भाषण : कृष्णराव मराठे

◆ काव्यगायनाची चढाओढ - नवे कवी व जुने कवी

।। अनुभवाचे बोल ।।

या सदरात खुसखुशीत विधाने आढळतात.

◆ सापाला दूध पाजले तरी तो उलटतो. मित्राला चहा पाजला तरी तो उलटतो.

◆ काही जण लेखनावर पैसे मिळवतात; अर्थात वडिलांना पत्र लिहून!

◆ हिशेबात तोंडमिळवणी झाली म्हणजे कॅशिअरला समाधान वाटते. प्रेमाच्या हिशेबातसुद्धा तोंडमिळवणीला महत्त्व आहे.

खुमासदार अत्रे । ९७

- वैद्याजवळ कधी खोटे बोलू नये. बायकोजवळ कधी खरे बोलू नये.
- हसणारा पुरुष व रडणारी स्त्री दोघेही लबाड असतात.
- स्त्रिया या घड्याळाप्रमाणे असतात. त्या फार मागे पडतात किंवा फार पुढे जातात. शिवाय घड्याळाप्रमाणे त्यांची कटकट असतेच.
- माणूस म्हातारपणी जमिनीकडे वाकून चालतो. जणूकाही आपले हरवलेले तारुण्य तो शोधत असतो.
- पुरुषांचे गुन्हे स्त्रिया नेहमीच पोटात घालून घेतात. कित्येक दुर्दैवी कुमारिका आणि विधवा, माता होतात याचे कारण हेच.
- लाथ मारीन तिथं पाणी काढीन - बायकोच्या डोळ्यातून!
- स्त्री आपले वय कमी सांगते. पुरुष आपला पगार जास्त सांगतो.
- रस्त्यात एखाद्या स्त्रीचा आपल्याला धक्का बसला आणि ती स्त्री आपलीच बायको निघाली तर केवढा धक्का बसतो.
- ब्रह्मदेवाने सृष्टीची रचना करावी, विष्णूने पालनपोषण करावे व शंकराने संहार करावा असे ठरले, पण सृष्टीचा छळ कोणी करावा हा प्रश्न उद्‌भवला आणि मग त्या सर्वांनी मिळून स्त्री निर्माण केली.

।। मुडद्यांची सोय ।।

पुढील महिन्यापासून (मे ५३) मुंबई शहरात विजेच्या उपकरणापासून प्रेत जाळण्याची सोय होणार आहे. मुंबई कॉर्पोरेशनने पाच लाख रुपये खर्चून ही योजना सुरू केली आहे.

- बारा फूट उंचीच्या चितेवर रोज सरासरी तीस प्रेते जाळता येतील. एका प्रेतास बारा ते पंधरा रुपये खर्च येईल.
- हल्ली एक प्रेत जाळण्यास लाकूड, गोवऱ्या वगैरे पन्नास रुपये खर्च येतो. पण यापुढे केवळ बारा रुपयांत कोणताही मुडदा जाळता येईल.
- या सवलतीचा फायदा घेण्यास बरेच लोक पुढे येतील अशी आशा आहे.
- प्रेत दहनास बराच खर्च येतो. या काळजीने कित्येक लोक सुखाने प्राण सोडत नसत. काही कंजूष म्हातारे तर मरायलाही तयार नसत.
- पण आता अवघ्या बारा रुपयात मुडद्याचा निकाल लागतो म्हटल्यावर कोण बरे आनंदाने मरायला तयार होणार नाही?
- या राज्यात मुडद्यांना स्वस्त दरात जाळता येते ही किती भाग्याची गोष्ट! सरकारला जिवंत माणसांचे प्रश्न सोडविता येत नसले तरी मुडद्यांचा प्रश्न

सोडविता येतो हे सिद्ध झाले आहे.

◆ जुन्या मतांच्या लोकांना विजेच्या यंत्राने प्रेत जाळण्याची कल्पना ऐकून विजेचा झटकाच बसेल.

।। तो मीच ।।

प्रेम प्रेम प्रेम या विषयावर जी. ए. कुलकर्णी बेळगाव यांचे 'नवयुग'मध्ये लिखाण आहे. प्रख्यात कथालेखक जी. ए. कुलकर्णी यांचा १९४० सालचा लेख आहे मजेशीर.

नैराश्यानं ग्रासलेला एक माणूस अगदी सचिंत बसलेला असतो. त्याला जीवनात कशातच आनंद वाटत नसतो. त्याला एक दुसरा गृहस्थ भेटतो. तो म्हणतो दु:ख कमी करायचे असेल तर हसले पाहिजे. ते सामर्थ्य विनोदात आहे. अमुक अमुक एक विदूषक आहे. तो लोकांना फार सहजपणे हसवतो. त्याचे खेळ पाहिल्यावर लोक आपली दु:ख विसरतात. तू त्याचे खेळ पाहा.

यावर सचिंत गृहस्थ म्हणाला - तो गृहस्थ मीच आहे.

।। वेध इतिहासाचा ।।

प्रा. फाटक आणि १९५७चा उठाव (१०.११.१९५७)

झाशीच्या राणीने १८५७ च्या स्वातंत्र्यलढ्यात पळ काढला असे विधान न. र. फाटक यांनी केले होते. त्यावर लालजी पेंडसे यांनी लेख लिहून सदर विधान कसे चुकीचे आहे. हे दाखवून दिले. ते म्हणतात -

रणक्षेत्रात राणीला विरोचित मरण लाभले. ग्वाल्हेर पडण्याच्या तीन दिवस अगोदर म्हणजे १७ जूनला ती मोर्चावर मारली गेली. त्याच दिवशी सकाळी ती मोर्चावर टेहाळणी करत होती. ती घोड्यावर होती. तेव्हा समोरून झाडलेली गोळी तिच्या कपाळात घुसली व सुमारे वीस मिनिटांनी तिचा दिव्यात्मा अनंतात अंतर्धान पावला. अशा रीतीने स्मिथचा हल्ला झाला तेव्हा ती मोर्चावर चालून गेली. पण मॅकफर्सन नावाच्या हलकट माणसाने ती रणांगणातून पळून जाताना कालव्याच्या काठी गोळी लागून मरण पावल्याची कपोलकल्पित कथा लिहिली व शंभर वर्षांनी तीच कथा न. र. फाटक यांनी आपल्या ओंजळीत घेऊन 'नवाकाळ' च्या प्रवाहात सोडून दिली.

मध्य प्रदेशचे कमिशनर सर रॉबर्ट हॅमिल्टन यांनी म्हटलंय -

तात्या, रावसाहेब व दुसऱ्या काही लोकांनिशी राणी सकाळीच फुलबाग मोर्चावरून पुढे इंग्रजी सैन्याची टेहळणी करीत होती. ती घोड्यावर होती. सावलीप्रमाणे राणीची पाठ धरून असणारी तिची मुसलमान दासी तिच्या शेजारीच उभी होती. फाटकांच्या दंतकथेप्रमाणे हे चित्र गाळण उडाल्याचे नव्हे!

घोड्यावर असल्यामुळे राणी लांबून दिसू शकत होती. टेहेळणी करीत असता समोरून सूं सूं करीत गोळ्या आल्या. राणी व तिची मुसलमान दासी यांना गोळ्या लागून त्या पडल्या. सुमारे वीस एक मिनिटांनी राणीचे प्राणोत्क्रमण झाले. घाई-घाईने तिचे प्रेत पालखीत घालून फुलबागेत नेऊ लागले, पण बागेच्या उंच कुंपणावरून पालखी जाईना. तेव्हा पालखी टाकून नुसते प्रेतच आत नेले. तिथे मंदिराजवळच्या एका उंच झाडाखाली घाईघाईने एक चिता रचली. रावसाहेबाने अग्निसंस्कार केला. तेवढ्यात आठवी हसर फलटण येऊन पोहोचली. चितेजवळ काही माणसे मारली गेली. बुंदेलखंडाच्या शत्रूंना धूळ चारणाऱ्या आणि ब्रिटिशांच्या गोळीला बळी पडलेल्या या विरांगनेचे पोवाडे भारतीय निरंतर गात आहेत.

।। पत्री सरकार ।।

क्रांतीसिंह नाना पाटील यांचा जन्म सातारा जिल्ह्यात येडे मच्छींद्र येथे झाला. वडील माळकरी होते. नाना पाटील कुस्तीगीर होते. वडिलांना शेतीकामात मदत करीत. सातारा जिल्ह्यात सत्यशोधक चळवळ सुरू होती. या चळवळीचा त्यांच्या मनावर परिणाम झाला. महात्मा गांधीजींच्या चळवळीत १९३० मध्ये भाग घेतला.

त्यांना अटक करण्यासाठी पोलिसांनी वॉरंट काढले होते. ते एका सभेत भाषण करीत असता पोलिस तिथे आले. सभेच्या मागील बाजूस जाऊन घोड्यावरून ते पसार झाले.

१९४२च्या चळवळीत सातारा जिल्ह्यातील गावागावांतून नवजवान हातात भाले, कुऱ्हाडी घेऊन बाहेर पडले. २ सप्टेंबर, १९४२ रोजी तासगावच्या मामलेदार कचेरीवर पहिला मोर्चा गेला. मामलेदार सज्जन गृहस्थ होते. त्यांनी मोर्चाच्या इच्छेप्रमाणे कचेरीवर तिरंगा झेंडा लावला. सरकारी अधिकाऱ्यांनी गांधी टोप्या घातल्या. महात्मा गांधींचा जयजयकार करीत मोर्चा विजयानंदाने परत गेला.

दुसरा मोर्चा वडुज येथे काढण्यात आला. तिरंगा घेऊन परशुराम पहिलवान चालला होता. त्याच्यावर गोळ्या झाडण्यात आल्या. एक गोळी छातीतून आरपार गेली. दुसरी गोळी कवटीतून शिरली. तो खाली कोसळला, पण तिरंगा ध्वज पडू दिला नाही.

यानंतर नाना पाटील यांची भूमिगत चळवळ सुरू झाली. स्वातंत्र्यसैनिक पिकात दडून राहत. मळ्यात मुक्काम करून राहत. एकदा नाना पाटील घराच्या माळ्यावर लपून बसले होते. घराचा पत्रा तापल्याने एका बिळातून नाग बाहेर आला. ते हालचाल न करता तसेच बसून राहिले. नाग शांतपणे परत गेला.

नाना पाटलांनी पत्री सरकार स्थापन केले. गावगुंड व फितूर लोक यांना पकडून त्यांच्या तळपायावर लाठीचे अकरा तडाखे मारण्यात येत. याला पत्री मारणे म्हणत. या भागात तीन वर्षे नाना पाटलांची राजवट चालू होती.

।। पोर्तुगीज हेरांना हुलकावणी देऊन सुधाताई जोशींचा सालाझारच्या बालेकिल्ल्यात प्रवेश ।।

म्हापश्याच्या मारुती मंदिराजवळ घडलेले हे रोमहर्षक दृश्य आहे.

“सत्याग्रहाला कधी जायचं? प्रथम जाणार आहे ती मी.” महादेवशास्त्री जोशी यांच्या पत्नी सुधाताई जोशी गोवा सत्याग्रहाबद्दल म्हणाल्या.

खुमासदार अत्रे । १०१

नॅशनल काँग्रेसचे अध्यक्ष शास्त्रीबुवा म्हणाले, ''केवढी जबाबदारी घेतलीस? कसे होणार तुझे?''

''काही घाबरू नका. मी ज्ञानाने उणी असेन, पण निष्ठेत उणी राहणार नाही.'' अधिवेशनाला जाण्यापूर्वी त्या आळंदीला जाऊन आल्या. ज्ञानेश्वरांवर त्यांचे अपार प्रेम! ''मी जे काही करू शकले ते ज्ञानेश्वरीमुळेच!'' ज्ञानेश्वरी म्हणजे महाराष्ट्राची गंगोत्री! तिच्यामुळे या देशातील संतांना नि विद्वानांना स्फूर्ती लाभली. महाराष्ट्राचे जीवन मंगलदायक बनले. राष्ट्रवादाचा, समतेचा, वाङ्मयाचा अमरध्वज महाराष्ट्रात फडकविण्याचे महान श्रेय ज्ञानेश्वरीलाच आहे. महाराष्ट्राचा माणूस, महाराष्ट्राची माती, महाराष्ट्राचा दगड, महाराष्ट्रातील प्रत्येक अणुरेणूत ज्ञानेश्वरीने संचार केला आहे. महाराष्ट्राच्या जीवनात स्वार्थाला, मोहाला, भ्रष्टतेला, ढोंगाला थारा नाही. महाराष्ट्रातील संतांनी नि वीरांनी स्वार्थ, मोह, ढोंग्यांविरुद्ध बंडे केली. या बंडाची प्रेरणा महाराष्ट्राला ज्ञानेश्वर माउलीनेच दिली. स्वभाषेसाठी बंड पुकारणारा पहिला बंडखोर ज्ञानेश्वरच! 'बी' कवींनी म्हटले आहे. 'बड्या बंडखोरात ज्ञानेश्वर पहिला.' अशी ही महान परंपरा ज्ञानोबांपासून विनोबांपर्यंत चालू आहे. त्याला खंड म्हणून ठाऊक नाही. अशा परंपरेचा ध्वज सुधाताईंनी गोव्याला उभारला. महाराष्ट्राच्या परंपरेचा पुन्हा एकदा साक्षात्कार झाला!

सुधाताईंचा जन्म गोव्यातील फोंडे महालातील प्रियोळ गावी झाला. शास्त्रीबुवांशी विवाह झाल्यावर त्या पुण्यास आल्या. जवळ उपजीविकेचे साधन नाही. भागवत पोथी घेऊन देवळात पुराण सांगण्यास शास्त्रीबुवांनी सुरुवात केली. गोव्यातून येताना सुधाताईंकडे वीस तोळे सोने होते. पण चार-पाच वर्षांत सारे संपले. २५ रु. भांडवलावर कुंकू, फण्या, बांगड्या, कर्णफुले घरोघरी जाऊन विकली. पुढे शास्त्रीबुवा लेखक व प्रसारक झाले.

म्हापसे येथे अधिवेशन जाहीर झाले. पोर्तुगीजांनी सुधाताईंना पकडून देणाऱ्यास हजारो रुपयांचे बक्षीस जाहीर केले. ४ एप्रिल, १९५५ रोजी पहाटे चार वाजता अमावस्येच्या गडद अंधारात दोडामार्ग सीमेजवळच्या पायवाटेने सुधाताईंनी कार्यकर्त्यांसह गोव्यास प्रयाण केले. त्यांच्याबरोबर सुप्रसिद्ध साहित्यिक गो. नी. दांडेकर यांच्या मातोश्री श्रीमती अंबिकाबाई दांडेकर याही होत्या.

कडेकोट बंदोबस्त असतानाही त्यांनी म्हापसे शहरात प्रवेश केलाच. मारुती मंदिरात प्रसाद घेऊन त्या बाहेर पडल्या. निर्भीडपणे व्यासपीठावर व्याख्यानासाठी उभ्या राहिल्या. व्याख्यान चालू असताना त्यांच्यावर पोर्तुगीज शिपायाने पिस्तूल रोखले. त्या म्हणाल्या,

''माझ्या जन्मभूमीत मला बोलण्याची बंदी! हा अन्याय मी का म्हणून मान्य करीन?''

तेव्हा त्यांना छडी मारून अटक करण्यात आली. ही बातमी प्रसारित करताना पोर्तुगाल वर्तमानपत्रे व रेडिओवरून 'मिस्टर सुधा जोशी' असे सांगितले. पण यामुळे पोर्तुगीजांची कोणतीही कर्तबगारी न दिसता सालाझारचे हसूच झाले. सुधाताईंना मारहाण केल्यामुळे त्यांनी अन्नसत्याग्रह केला. तो तीन दिवस चालला. लष्करी कोर्टापुढे त्यांच्याविरुद्ध दावा दाखल करण्यात आला. त्यामध्ये त्यांना बारा वर्षांची सजा देण्यात आली. त्या वेळी त्या म्हणाल्या, 'संसारधर्मापेक्षा राष्ट्रधर्म सर्वश्रेष्ठ आहे.'

त्यांना चार वर्षांची शिक्षा भोगावी लागली. त्यांचे पोर्तुगीजांकडून फार हाल झाले. भारतात आल्यावर त्यांच्यावर सेनापती बापट यांनी एक काव्य रचले.

सहोदरा अद्‌भुत वीर्यशाली
सुधा उठावास सुधाच झाली.
उठाव गोवा - गत थंड झाला
सुधा गुणे प्राण तयात आला.

।। असे वक्ते अशा सभा ।।

वक्ते म्हणून आचार्य अत्रे यांनी मराठी मनावर जबरदस्त पकड घेतली. पुण्यामध्ये वसंत व्याख्यानमाला एक शतकाहून अधिक वर्षे चालू आहे. या मालेत इतिहासकार न. र. फाटक यांचे व्याख्यान झाले होते. त्यांनी झाशीच्या राणीला इंग्रजांविरुद्ध लढताना रणांगणातून पळून जावे लागले, अशा अर्थाचा उल्लेख केला. हे आचार्य अत्रे यांना कळल्यावर त्यांनी या विधानाचा खरपूस समाचार घेण्याचे ठरविले. वसंत व्याख्यानमालेत आचार्य अत्र्यांचे व्याख्यान झाले. तेव्हा ते म्हणाले, "...हा न. र. फाटक या झाशीच्या राणीला नावे ठेवतोय. एक वीस वर्षांची तरुणी. पाठीवर बालक बांधलेले, घोड्यावरून रपेट करते. दिवसाला बारा तासांची घोडदौड करते. शत्रूशी दोन हात करते. अशी ही पराक्रमी राणी तिला हा फाटक्या नावे ठेवतोय. त्या न. र. फाटक्याला इथे आणा. या व्यासपीठावरील खुर्चीत बसवा. मी खुर्ची पुढे-मागे, पुढे- मागे अशी हलवतो. तेव्हा त्याला घोडदौड काय आहे ते समजेल. ही खुर्ची बारा तास हालल्यावर नाही त्याचे धोतर बारा वेळा पिवळे झाले तर बोला. तरी बरे मी तासाला एकदाच हे प्रमाण धरलेय."

बऱ्याच वर्षांपूर्वी एका महाविद्यालयात ते व्याख्यानाला गेले होते. अनंत काणेकर बरोबर होते. व्याख्यान छान झाले. अध्यक्षांनी कोणाला काही प्रश्न विचारायचे असल्यास विचारावेत म्हणून सांगितले. एक-दोन मिनिटे गेली तरी कुणी काही विचारेना. अत्रे उठणार इतक्यात एका कोपऱ्यात उभा असलेल्या एका गंभीर

चेहऱ्याच्या, उंच, किडकिडीत, डोळ्यावर जाड भिंगाचा चश्मा असलेल्या विद्यार्थ्याने अत्र्यांना एक प्रश्न विचारला, ''देशाची परिस्थिती फार गंभीर आहे असे तुम्हाला वाटत नाही का?'' अत्र्यांनी गंभीरपणे उत्तर दिले, ''वाटते तर, पण तुम्ही इतके मनाला लावून घेऊ नका. जेवा, खा.''

सर्व मुले पोट धरधरून हसायला लागली.

अत्र्यांचे सारे बोलणे उदात्त असे. 'अशी सभा दहा वर्षांत झाली नाही' हे त्यांचे आवडते वाक्य होते. पु. ल. देशपांडे म्हणत, 'अत्र्यांना शाळेत बे एके बे, बे दुणे चार हे पाढे शिकवलेच गेले नसावेत. त्यांना दोन हजार एके दोन हजार, दोन हजार दुणे चार हजार असे पाढे शिकवले असावेत.'

एखादी लहान किंवा मोठी गोष्ट एखाद्या क्षणाला इतकी आवडे की ते भारून जात. एकदा दुपारी त्यांनी अनंत काणेकरांना विचारले, ''क्रिकेट क्लब ऑफ इंडियातले कटलेट तुम्ही खाल्लेय काय?''

''खाल्ले असेल,'' काणेकर म्हणाले. ''जगात असे सुंदर कटलेट कुणीच करत नाही. तुम्ही खाल्लेच पाहिजे. ते लोक बुधवारी लंचला कटलेट करतात. पुढच्या बुधवारी आपण जाऊ.''

बुधवारी आठवणीने ते काणेकरांना घेऊन गेले. पलीकडे एका टेबलावर स. गो. बर्वे बसले होते. अत्र्यांना पाहिल्यावर ते हसत म्हणाले, ''आज इकडे कुठे?''

''जगातले बेस्ट कटलेट खायला आम्ही आलो आहोत!'' असं म्हणून अत्रे आणि बर्वेही जोराने हसले.

।। महाराष्ट्राचे गोत्र एक ।।

राजाराम हायस्कूल, कोल्हापूर येथे आचार्य अत्रे यांनी केलेले व्याख्यान -

सात-आठ वर्षांपूर्वी आपल्या एका संमेलनाचा मी अध्यक्ष होऊन गेलो आहे. त्या वेळचे विद्यार्थी अद्यापही इथे रेंगाळत असतील असे वाटत नाही. (हशा) त्या वेळचे कोणीच मला येथे दिसत नाहीत. इतका वेळ बक्षिसे देऊन माझे हात दुखून गेले. मी वीस वर्षे शिक्षक होतो हे तुम्हाला कदाचित माहीत नसेल. शिक्षक असताना मी मुलांना रोज बक्षिसे देत असे. (अधिक हशा) ती बक्षिसे देताना अगदी आजच्या सारखेच माझे हात दुखून येत असत. (अधिक हशा) तथापि त्या बक्षीस समारंभात आणि आजच्या बक्षीस समारंभात फरक आहे. त्या वेळी माझ्या हातून बक्षीस घेताना मुलांचे चेहरे असे प्रफुल्लित नसत; रडके असत. (हशा) आज माझ्या हातची बक्षिसे घेताना या मुलांचे चेहरे मला आनंदित दिसले आणि त्या आनंदापुढे

मी स्वत:ला विसरून गेलो.

ज्याला आपला उत्साह आणि तारुण्य टिकवायचे आहे त्याने मुलांमध्ये वावरावे. तुम्हाला माहीत आहे की मी तारुण्य टिकविण्याच्या नेहमीच खटपटीत असतो. (हशा) आणि म्हणूनच मी तुमचे हे निमंत्रण स्वीकारले.

तुम्ही कोल्हापूरचे विद्यार्थी आहात. कोल्हापूरला करवीर म्हणतात. जे माणसाला वीर करते ते करवीर (टाळ्या). जगामध्ये करवीरापेक्षा किंवा कृती वीरापेक्षा वाचावीरच जास्त असतात. तुम्हाला करवीर बनायचे आहे.

दीडशे वर्षे ज्या स्वातंत्र्यासाठी आपण तळमळलो तो स्वातंत्र्याचा प्रश्न आता लवकरच सुटणार आहे. आपला देश परक्यांच्या गुलामगिरीतून मुक्त झाल्याचा देखावा तुम्हाला लवकरच दिसणार आहे. रामायणाच्या आणि महाभारताच्या वेळी जसे प्रचंड वीर होऊन गेले, तसे मोठे मोठे वीर तुमच्या आमच्या भाग्यात आपल्याला हिंदुस्थानात पाहायला मिळत आहेत. शिवरायाच्या काळामधला एखादा माणूस आज जिवंत असता तर आपण त्या जख्ख म्हाताऱ्याला असेच विचारले असते ना की, काय हो खापरपणजोबा! छत्रपती शिवाजी महाराजांनी ज्या वेळी स्वराज्याची स्थापना केली तेव्हा तुम्ही होता ना? औरंगजेबाच्या कैदेमधून जेव्हा शिवाजी महाराज मोठ्या शिताफीने निसटून रायगडावर आले तेव्हा तुम्ही होता ना? रायगडावर शिवरायांना जेव्हा अभिषेक झाला तेव्हा डोळे भरून तुम्ही त्यांना पाहिले

होते ना? असे विचारल्यावर त्या म्हाताऱ्याच्या सुरकुतलेल्या गालावरून आनंदाची आसवे ओघळू लागतील आणि आपली थरथरती मान आणखी जोराने हालवून सद्गदित कंठाने तो आपणाला सांगेल की, 'होय बाळ, मी होतो. मी त्या वेळी होतो. शिवाजी महाराजांना त्यांच्या त्या तानाजीला, त्यांच्या त्या येसाजीला मी डोळे भरून पाहिला. त्याप्रमाणे इथे जमलेली तुमच्यापैकी काही मुले जेव्हा आजोबा होतील, (हशा) आणि (मुलींकडे बघून) तुम्ही चिमुरड्या मुली तेव्हा आजीबाई व्हाल त्या वेळी तुम्हाला कोणी विचारले की ब्रिटिशांची सत्ता जाऊन हिंदुस्थान सरकारचे निशाण उभे केले तेव्हा तुम्ही होतात ना? (टाळ्या) सातारा जिल्ह्यात चव्वेचाळीस महिने ज्यांनी ब्रिटिश सरकारची सत्ता औषधालासुद्धा उणू दिली नाही त्या प्रतिसरकारच्या क्रांतीवीर नाना पाटलांना तुम्ही डोळे भरून पाहिले होते ना? (टाळ्या) त्या वेळी तुम्ही पाझरत्या डोळ्यांनी आणि भरलेल्या गळ्यांनी मोठ्या अभिमानाने सांगू शकाल की, 'होय बाळांनो आम्ही त्या वेळी होतो. आम्ही त्या वीरांना पाहिले आहे.'

आपण मराठे लोक आहोत. आपल्या देशाचे नाव महाराष्ट्र आहे. छत्रपती शिवाजी महाराजांनी हा महाराष्ट्र निर्माण केला आहे. (टाळ्या) तेच तुमचे आमचे जनक आहेत. मला जर कोणी विचारले की, काय हो तुमचे गोत्र काय? तर मी त्यांना सांगतो माझे गोत्र शिवाजी. (टाळ्या) माझे प्रवर तीन - तानाजी, येसाजी, बाजी. महाराष्ट्रात जन्माला आलेल्या प्रत्येकाचे हेच एक गोत्र आणि हेच तीन प्रवर (टाळ्या).

।। साहित्य म्हणजे काय? ।।

विलिंग्डन कॉलेज सांगली येथे कविदिन प्रा. गिरीश यांच्या घरी होता. त्या वेळी त्यांनी केलेल्या भाषणातील भाग अप्रतिम आहे.

वाङ्मय हे शब्दसृष्टीच्या ईश्वरांनी रचलेले असते. वाङ्मयीन शब्दात उच्चारमाधुर्य असावे लागते. पण तेवढेच असून भागत नाही. नाहीतर 'दुडुदुडु धावत ये लडिवाळा, खुळखुळ वाजत घुंगुरवाळा' असल्या तऱ्हेची निरर्थक नादमधुर गाणी तयार होतात. (हशा) म्हणून शब्दाला भावना पाहिजे. असे शब्द जो साहित्यकार जमवतो त्याचे साहित्य प्रभावी होते. शब्दांनी कानाला सुखावले पाहिजे आणि हृदयातील अशा भावना जाग्या केल्या पाहिजेत की, ज्या जाग्या झाल्यामुळे समाजाचे हित होईल. समाजाच्या प्रगतीला चालना मिळेल. फडक्यांच्या कादंबऱ्या वाचूनही आपल्या भावना जाग्या होता, पण त्यामुळे आपल्या प्रकृतीची खराबी होण्याचा संभव असतो (प्रचंड हशा) गेल्या दीडशे वर्षांत हिंदुस्थानात स्वातंत्र्याचा

१०६ । खुमासदार अत्रे

जो प्रचंड झगडा चाललेला आहे त्या झगड्याचे तात्पर्य 'भारत छोडो' या दोन शब्दात महात्माजींनी सांगितले. या दोन शब्दांनी चाळीस कोटी जनतेच्या भावना प्रक्षुब्ध केल्या आणि देशात क्रांती घडवून आणली. या दोन शब्दात जेवढे जिवंत साहित्य भरलेले आहे तेवढे हजारो कादंबऱ्यांत आणि नाटकांतही आढळणार नाही. आणि फडके म्हणतात, 'कलेचे तंत्र जर गांधीजींनी पाळले नाही, तर आम्ही त्यांना साहित्यिक म्हणणार नाही!' (हशा) नशीब आमचे! दुसरे काय म्हणायचे!! (प्रचंड हशा) मित्र हो! ज्यात समाजाचे किंवा राष्ट्राचे काही हित नाही, ज्यामुळे भावना जागृत झाल्या तर प्रकृती बिघडण्याचा संभव असतो, असल्या लिखाणाला मी वाङ्मय कधीही म्हणणार नाही. (टाळ्या)

।। अत्रे आणि माटे ।।

दि. २३.२.१९४७ रोजी महाराष्ट्रातले समाजसेवक व साहित्यिक प्रा. श्रीपाद महादेव माटे एम. ए. यांच्या वयाला साठ वर्षे पूर्ण झाली. त्यानिमित्त सर परशुराम महाविद्यालयाच्या सभागृहात त्यांचा सत्कार झाला. दत्तो वामन पोतदार, न. चिं. केळकर, आचार्य अत्रे इत्यादी मान्यवर उपस्थित होते. अत्रे, माटे हा दीर्घ काळ चाललेला मराठी साहित्यिक वाद होता. तो वाद अत्रे विसरून गेले. ते म्हणाले, 'उतारवय हा शब्दप्रयोग मला मान्य नाही. माटे यांचे हे चढते वय आहे. उतारवय कसले? माट्यांचे अद्याप काही एक उताराला लागलेले नाही. जीवनात जो उडी घालतो तो उत्तम लेखन करू शकतो. त्यांचे लेखन काळजाला जाऊन भिडते.'

मुंबईमध्ये तुम्ही-आम्ही राहतो, पण मुंबईमधल्या एखाद्या पाच-सात मजली इमारतीवरून खाली बघताना कसे वाटते याचे वर्णन प्रा. माटे यांच्याइतके कोणासही जमणार नाही. ते म्हणतात, 'एखाद्या उंच कळसाच्या टोकाला बांधलेल्या पिंजऱ्यामधून बघणाऱ्या राघूला जसे वाटते तसे मुंबईत आपणास वाटते.' ही काही सामान्य लेखकाची प्रतिभा नाही.

'हास्याचा शोध' या लेखात माटे यांनी मुंबईमधील हृदयशून्य जीवनाचे अतिशय हृदयद्रावक दृश्य रेखाटले आहे. ते म्हणतात, 'मुंबईतील भिकारीसुद्धा खूप गर्दीत असतात. आपण एखाद्या भिकाऱ्याला आणेली द्यावी, तर ती खिशात घालून तो इतक्या घाईने दुसऱ्याकडे वळतो की, त्याला मदत केल्याचे समाधानही तो आपणास मिळू देत नाही.'

माटे यांच्या अंगात चांगुलपणा अगदी ओतप्रोत भरला आहे. तो त्यांच्या चेहऱ्यामध्ये आपणास पाहण्यास सापडतो. त्यांच्या चेहऱ्यावरचा स्नायू न् स्नायू

बोलका आहे. नाहीतर समाजामध्ये अशी काही डँबीस माणसे असतात की, त्यांच्या चेहऱ्यावर काय चालले आहे याचा आपणाला जन्मात पत्ता लागायचा नाही!

रस्त्यात जाताना आपल्याला अशी काही माणसे भेटतात आणि लांबलचक नमस्कार करून हसत हसत ती आपल्याला विचारतात, "काय कशी काय तब्येत आहे?" आपल्याला मनातून ठाऊक असते की, आपल्या तब्येतीबद्दल त्यांना मनामधून यत्किंचितही आस्था वाटत नाही आणि आपण मेलो तर त्यांच्या डोळ्यांमधून पाण्याचे टिपूसदेखील येणार नाही.

एकदा प्रा. माटे यांनी नोटांची एक पुरचुंडी हळूच माझ्या हातात दिली. मी आश्चर्याने म्हणालो, "बापूसाहेब हे काय?" ते दटावून मला म्हणाले, "बोलू नका. ठेऊन द्या. मी ठरवलंय!" ती पुडी माट्यांनी माझ्या हातात ठेवली नाही, ती माझ्या काळजात ठेवली. त्यांच्या चांगुलपणाचं हे कृत्य मी या जन्मात विसरणार नाही.

'डी प्रोफंडीस' या आपल्या पुस्तकात ऑस्कर वाइल्ड याने एका चांगलुपणाच्या कृत्याबद्दल असे म्हटले आहे की, ज्ञान जेव्हा मला शिळे वाटेल आणि जीवनात जेव्हा मला गोडी वाटणार नाही तेव्हा एकांतात बसून मी त्या चांगल्या कृत्याची आठवण करीन आणि माझ्या आसवांच्या धारांनी मी त्याला न्हाऊ घालीन. त्याच चालीवर मीही असेच म्हणेन की, जगाच्या चांगुलपणाबद्दल जेव्हा मी निराश होईल आणि विषण्ण चित्ताने जेव्हा मी एकांतवासात बसलेला असेन, तेव्हा माझ्या मुठीत माट्यांनी खुपसलेल्या त्या चिमुकल्या पुडीची आठवण करून मी माझ्या मनाला उल्हासित करण्याचा प्रयत्न करीन.

।। माटे यांचे भाषण ।।

परवाच्या साताऱ्याच्या सत्कार समारंभापासून मी एक नवीन प्रथा अमलात आणली आहे. कोणी सत्कारार्थ आपल्या गळ्यात हार घातला रे घातला की एकदम सापाचा विळखा पडल्याप्रमाणे तो पटकन काढून टाकायचा, हे काही मोठेसे बरे नाही असे मला वाटते, म्हणून यापुढे निदान भाषण होईपर्यंत तरी गळ्यामध्ये हार ठेवायचा, असे मी आपले माझ्यापुरते तरी ठरविले आहे. हसले लोक तर हसेनात! आणि खरे म्हणता हसायचे तरी काय कारण आहे? हरदास नाही का कथा होईपर्यंत गळ्यामध्ये हार ठेवीत? तसे हे. हारामुळे एकदम समारंभाचे वातावरण प्रसन्न राहते. शिवाय आपले ध्यान जे काही असेल ते जरा बरे दिसते. म्हणून मी गळ्यात हार ठेवूनच बोलणार आहे.

विधात्याने आपणास साठ वर्षे जीवनाचा उपभोग घेऊ दिला, त्याबद्दल मी

त्याचा आभारी असायला हवे. जगता येणे ही काही सामान्य गोष्ट नाही. काही वेळा सोन्यासारखी तरुण माणसे फुकटाफाकट चटकन मरून जातात. नाट्यछटाकार दिवाकर, केवढा प्रतिभाशाली माणूस, पण ऐन वयातच मरून गेला.

समाज पुरुषाबद्दल कोरडी सहानुभूती वाटून उपयोग नाही, त्याबद्दल चिंतेने ऊर फाटला पाहिजे. मनात अथांग प्रेम दाटून आले पाहिजे. सहानुभूतीचा परिसर विशाल व सर्वव्यापी झाला पाहिजे.

'रणमर्द साहित्यलेखक अच्युतराव कोल्हटकर' -

आचार्य अत्रे यांचे वसंत व्याख्यानमालेत अध्यक्षीय भाषण -

आचार्य विष्णुशास्त्री चिपळूणकर यांना 'मराठी भाषेचे शिवाजी' म्हणतात. कारण त्यांनी मराठी भाषेचे नवे राज्य स्थापन केले. त्याप्रमाणे अच्युतराव कोल्हटकरांना मराठी भाषेचे 'थोरले बाजीराव' म्हणता येईल. मराठी भाषेचा चौघडा त्यांनी प्रांताप्रांतात व मुलखामुलखातून वाजविला.

एकदा गडकऱ्यांच्या घरी ते आले असता, त्यांच्या अरुंद जिन्यातून ते वर येत होते. गडकरी म्हणाले, "जपून या, जिना अरुंद आहे." तेव्हा कोल्हटकर म्हणाले, "Narrow is the way that leads to heaven." कोल्हटकर वर जाऊन बसल्यावर गडकरी म्हणाले, "Now it is heaven." अच्युतराव हे वीर होते. स्वदेशाचे गुणगान करीत त्यांनी प्राण सोडला. ज्यांनी आपली वाणीची बंदूक आणि लेखणीची तलवार करून शेवटी स्वभाषा, स्वदेश यांची आजन्म सेवा केली असे ते रणमर्द साहित्यसेवक होऊन गेले.

।। गाडगेबाबांचे कीर्तन ।। (२५.१०.१९५३)

कीर्तनात बाबांचा आणि श्रोत्यांचा समोरासमोर संवाद चालू असतो.
बाबा : देव किती?
श्रोते : एक.
बाबा : तुमच्या गावी खंडोबा आहे का?
श्रोते : आहे.
बाबा : मग देव किती झाले?
श्रोते : दोन
बाबा : तुमच्या गावी म्हसोबा आहे का?
श्रोते : आहे.
बाबा : मग देव किती झाले?

श्रोते : तीन.

बाबा : आपल्या गावी मऱ्याई आहे का?

श्रोते : आहे.

बाबा : मग देव किती झाले?

श्रोते : चार.

अशी वाढवीत देवांची संख्या ते दहा-बारावर नेतात. बाबांच्या मुखातून तुकोबांचा अभंग येतो.

'वेड लागलं जगाला; देव म्हणती घोड्याला
बोला गोपाला गोपाला; देवकीनंदन गोपाला'

देव एकच आहे हे ते साऱ्यांच्या मनावर बिंबवतात.

देवापुढे होणाऱ्या पशुहत्येबद्दल ते बोलत होते -

बाबा : श्रीखंड चांगले की बकरे चांगले?

श्रोते : श्रीखंड

बाबा : बासुंदी चांगली की बकरे चांगले?

श्रोते : बासुंदी

बाबा : दूध चांगले की बकरे?

श्रोते : दूध

बाबा : असं इथं बोलता अन् घरी जाऊन मांस खाता, काय म्हणावे तुम्हाला? (हशा)

बाबा : गुजराती आणि मारवाडी देवाला जातात. ते बकरे देतात का?

श्रोते : नाही.

बाबा : मग त्यांना देव कसा पावतो अन् तुम्हाला का पावत नाही? एकेका गुजरात्याच्या दहादहा मजली इमारती इथे मुंबईत आहेत. अन् तुम्ही फुटपाथवर झोपता आहात. तुमचे धंदे म्हणजे माऽठ, कल्हऽऽइ! कांदे-बटाटे! नाहीतर (दांडा हलवायचा अभिनय करीत) उसाचा चरक! (हशा) शेठाणीचे पाच फुटी पातळ पाचशे रुपयांचे. त्याच्यातला परकर तीनशे रुपयांचा. अन् तुमच्या बायकोच्या नऊवारी पातळाची किंमत किती? पाच रुपये अन् पावली. (हशा) देवाला बकरेच द्यायचे तर ते देवळात सोडून द्या. त्याच्या पोटात सुरी का खुपसता? अन् (अभिनय करीत) मसाला कशाला वाटता? तुम्ही एकदा त्याचा मसाला वाटता अन् यम तिकडे तुमचा मसाला वाटतो! (प्रचंड हशा) बोला गोपाला गोपाला देवकीनंदन गोपाला!

।। वक्तृत्वाच्या गमती ।।

प्रा. चंद्रकांत इंद्रापूरकर यांनी वक्त्यास बऱ्याच उपरोधिक सूचना केल्या आहेत. त्यातला उपरोधिकपणा हा वाचकांनी ध्यानात घेतल्यास चांगल्या भाषणासाठी काय करायला पाहिजे हे लक्षात येईल, पण एखाद्या दंगेखोर विद्यार्थ्याला 'तू दंगा करीत रहा' असा उपदेश करतात तसाच इथेही प्रकार आहे. तर त्या उपरोधिक सूचना पाहू या!

- व्याख्यानाच्या तयारीसाठी कोणतेही कष्ट करू नका.
- व्याख्यानाला जाताना वेष अगदी बावळा ठेवा.
- जिथे अन्य सात-आठ वक्ते बोलावले आहेत तिथेच जा. त्या साऱ्यांमध्ये आपले निभावून जाण्याची शक्यता आहे.
- जोरदार अभिनय करा. शब्दाला फारसे महत्त्व देऊ नका. श्रोत्यांनी हुर्ये केली तर त्याकडे पूर्ण दुर्लक्ष करा.
- व्याख्यान स्थळांच्या मागील बाजूस पळून जाण्यासाठी गाडी किंवा सायकल तयार ठेवा.
- व्याख्यान कसे जोरदार झाले याचे रमणीय वर्णन करण्यासाठी उत्तम बातमीदार जवळ ठेवा.

।। सावरकरांचा सत्कार ।।

रविवार, दि. १५ जाने. १९६१ रोजी कारावासातून सुटका झाल्यावर स. प. महाविद्यालय, पुणे येथे एक लाख लोकांसमोर स्वातंत्र्यवीर सावरकर यांनी केलेले भाषण -

आपण सर्वांना पाहिल्यावर प्रकृतीच्या क्षीणत्वामुळे जरी बोलवत नसले तरी बोलल्याखेरीज राहवत नाही. आपल्या देशाला जे मरगळीचे दिवस आले आहेत ते मरगळीचे आहेत हे खरे आहे; परंतु आपण ती मरगळ लोकांपुढे ठेवणे योग्य नाही. (टाळ्या)

अरे, असे पाहा की, चंद्रगुप्त मौर्याच्या वेळी जेवढा भारत स्वतंत्र होता तेवढे तरी तुम्ही आज नक्कीच स्वतंत्र झाला आहात. या दक्षिण भारताच्या पोटात इतिहासकालापासून निजाम रुतून बसला होता. संपूर्ण पेशवाई गेली, इंग्रजशाही गेली, तरी पण निजाम कायमच होता; परंतु त्या पटेलाने - त्या पोलादी पुरुषाने

खुमासदार अत्रे । १११

- त्या सरदार वल्लभभाई पटेलाने एका रात्रीत एका घावात निजाम नामशेष केला. (प्रचंड हशा) त्याचप्रमाणे जंजिऱ्याचा सिद्दीही नष्ट झाला आहे. हे सर्व पाहून चिमाजी आप्पा व भाऊसाहेब पेशव्यांच्या आत्म्याला निश्चित शांतता लाभली असती. हा स्वतंत्र भारत पाहण्याची संधी ज्या पिढीला लाभली ती तुमची पिढी खचित भाग्यवान आहे.

मला भारतरत्न पदवी दिली जावी किंवा माझी नष्ट झालेली मालमत्ता मला परत मिळाव, अशी आवेदने माझे काही मित्र करीत असल्याचे मी ऐकतो; परंतु मला ती आवेदने सरकारकडे पाठविणे मान्य नाही. आज तीन-चतुर्थांश हिंदुस्थान परत मिळाला आहे. यातच माझ्या जीवनाचे सार्थक झाले, असे मला वाटते. मला आता कोणत्याही उपाधीची आवश्यकता नाही. मी परीक्षेला न बसता अनेक विद्यापीठांनी मला उपाधी दिल्या आहेत. तुम्ही सर्व मजवरील लोभाने येथे जमला आहात. आणखी मला काय पाहिजे? राष्ट्रपती डॉ. राजेंद्रप्रसाद यांच्या इतकेच माझे वैभव श्रेष्ठ आहे असे मला वाटते. मला आणखी काही एक नको. मी माझ्या या स्थितीत पूर्ण समाधानी आहे. मला आता कोणत्याही निवडणुकीला उभे राहायचे नाही, पण एक मात्र खरे आहे की, मला दोन वर्षे जर माझ्या हाती या देशाची सत्ता दिली तर मी क्रुश्चेव्हच्या रशियापेक्षाही हा देश मोठा करून दाखवीन. (प्रचंड टाळ्या) मी सैन्यबळाने देशाची प्रतिष्ठा वाढवीन आणि ती प्रतिष्ठा भंग करणाऱ्यास क्रुश्चेव्हने जसा जोडा दावविला, तसा मीही माझ्या पायातील बूट काढून दाखवीन. (पुन्हा प्रचंड हशा)

ज्या काळात आम्ही क्रांतीची उपासना केली, त्या काळात आम्हाला देशाच्या स्वातंत्र्याखेरीज दुसऱ्या कशाचीही अभिलाषा नव्हती. देशाच्या स्वातंत्र्यासाठी अनेकांनी बलिदान केले. आजचे महापौर त्या वेळी केवळ एक विद्यार्थी होते. त्यांनी त्या वेळी कोणत्याही मानमरातबाची अपेक्षा ठेवली नव्हती. केवळ सोलापूरच्या हुतात्म्यांपासून स्फूर्ती घेऊन त्यांनी ब्रिटिश कार्यकर्त्यांवर गोळी चालवली व स्वतःचे जीवित धोक्यात घातले. असे अनेक क्रांतीवीर या देशात झाले. त्यांच्या बलिदानाने आज जे गादीवर, सत्तेवर आहेत त्यांनी ती गादी सुखमेव भोगावी. आमची त्याला ना नाही.

मात्र मी स्वत: जर त्या मानाची व सुखाची अपेक्षा ठेवीन, तर त्या हुतात्म्यांशी प्रतारणा केल्यासारखे होईल. आता मला कशाचीही अपेक्षा नाही. आता मृत्यू केव्हाही येवो. लेकाला पन्नास वेळा बोलावले (हशा) पण येतच नाहीत!

मराठ्यांची परंपरा शत्रूवर चालून जाण्याची आहे. महाराष्ट्र हा भारताचा खड्गहस्त आहे. आक्रमण ही मराठ्यांची परंपरा आहे आणि हा महाराष्ट्र भारतासाठी आहे हे लक्षात ठेवून प्रत्येक महाराष्ट्रीयाने सुसज्ज सैनिक व्हावे. आधुनिक युद्धशास्त्र अवगत करून घ्यावे आणि या देशाचे स्वातंत्र्य कल्पांतापर्यंत अखंड राखावे, ही माझी इच्छा आहे. (टाळ्या)

।। बातम्याच बातम्या ।।

जितकी माणसे तितक्या प्रवृत्ती. समाजात दानशूर व्यक्ती आहेत आणि भ्रष्टाचार करणाऱ्या व्यक्तीही आहेत. अशा अनेकविध स्वभावाचे दर्शन घडेल, अशा बातम्या 'नवयुग'मध्ये प्रसिद्ध होत होत्या.

पती, पत्नी, रौप्यतुला
एखाद्या व्यक्तीची तुला करून धनाचे वाटप करण्याची प्रथा भारतात फार प्राचीन काळापासून आहे. तुलाविधी संबंधी विस्तृत विवेचन मत्स्यपुराणात आढळते. विजयपूरच्या अच्युतरायाने विष्णुकांची येथे पत्नी व पुत्रासह मोत्याची तुला केली होती. तेथील तुलेची कमान आजही ऐतिहासिक स्थळ म्हणून ओळखली जाते. रायगडावर छत्रपती शिवाजी महाराजांच्या राज्याभिषेकाच्या वेळी त्यांची सुवर्णतुला करण्यात आली. १८७९ मध्ये श्रीमंत रावसाहेब विश्वनाथ नारायण मंडलीक यांनी चंद्रग्रहणाचे वेळी सपत्नीक तुला करविली. पेशवाईमध्येही अनेक वेळी तुला करण्यात आल्या.

विसाव्या शतकात पती-पत्नीची तुला झाल्याची बातमी दुर्मीळच! ही तुला झाली श्री. वासुदेवराव बेडेकर व त्यांच्या पत्नीची. हे बेडेकर म्हणजे बेडेकर मसालेवाले. या तुलेतील पंचवीस हजार रुपये त्यांनी गोरगरीब विद्यार्थ्यांना शिक्षणासाठी निधी म्हणून दिले.

।। यशस्वी व्यापार ।।

उद्‌बोधक व्याख्यानातील भाग नेमका देऊन 'नवयुग' जनविकासाचे कार्य साधत असे. व्यापार संमेलनामधील चर्चेच्या वेळी यशस्वी व्यापार कसा करावा याबाबतचे मुद्दे मार्गदर्शी आहेत.

व्यापार हे जागतिक मैत्रीचे साधन आहे. दीर्घकाळ व्यापार चालण्यासाठी सचोटी, सद्धर्म आणि सद्वर्तन यांची नितांत आवश्यकता असते. भारतीय व्यापार क्षेत्रातील व्यक्तींनी आचरणात आणण्यासारखी चतु:सूत्री आहे. ती म्हणजे एक किंमत, एक जबान, स्वच्छ माल आणि सर्वांना मान!

जगाच्या बाजारात मेड इन जर्मन, मेड इन इंग्लंड असा छाप असला तरी ग्राहक चांगला माल म्हणून पाहतात. तद्वतच 'मेड इन इंडिया' हा छाप म्हणजे जगाच्या सर्व बाजारात चालणारी हुंडी ठरावी!

गणपती देवाला माणसात आणा - लेखक : अनंत हरी गद्रे

पुण्यातील गणेशोत्सवास साठ वर्षे पूर्ण झाली तेव्हा लिहिलेल्या या आठवणी आहेत. सुरुवातीच्या मेळ्यात फक्त गणपतीवरची गीते असत. मग सामाजिक, राजकीय, टीकात्मक पदे येऊ लागली. श्री. गद्रे यांनी १९१६ साली गीतारहस्यावर पदे करून गायकवाड वाड्यातील गणपतीपुढे लोकमान्य टिळकांच्या महनीय उपस्थितीत म्हणून दाखविली. त्या वेळी कै. देशदास रानडे यांनी जो पैसाफंड मेळा १२ वर्षे मोठ्या थाटामाटाने चालविला त्यासाठी पदे न् संवाद करून दिली. त्या वेळचे झुणका-भाकर आंदोलन म्हणजे हिंदू समाजातील जन्मजात जातिभेद नष्ट करून समता प्रस्थापित करणारी चळवळ हा नवा अर्थ लोकांच्या मनात मुरला आहे.

राष्ट्रीय दृष्टीने सुरू केलेल्या या महोत्सवामुळे सामाजिक सुधारणाही झाल्या. गणेश चतुर्थीला गणेश मूर्तींची प्रतिष्ठापना झाली. अनंत चतुर्दशीला मिरवणूक होती. त्यात एक चांभाराचा गणपती होता. तेव्हा पुण्यातील सनातन्यांनी असा वितंडवाद केला की, स्पृश्यांच्या मिरवणुकीत या गणपतीस स्थान देऊ नये. पुण्याचे सनातनी म्हणजे जणू धूतपापेश्वर औषधी कारखान्यातील अर्कच! माणूस अस्पृश्य म्हणून त्याचा देवही अस्पृश्यच ही सनातन्यांची सैतानी विचारसरणी कितीही हास्यास्पद असली तरी त्या वेळी असल्या मतांचे पुरस्कर्ते समाजात होते. हा वाद लोकमान्यांकडे निर्णयार्थ गेला. त्यांनी सांगितले - तो चांभाराचा गणपती गायकवाड वाड्यातील पालखीत आणून ठेवा. त्याच पालखीतून त्याची मिरवणूक काढा आणि ब्राह्मणांच्या गणपती इतक्याच प्रतिष्ठेने त्याचेही विसर्जन करा.

।। वरळी मुंबईबाहेर ।।

परशुराम लायन सर्कस ही मुंबईमध्ये आलेली. काळ १९४१ चा. सर्कससाठी भलीमोठी खुली जागा लागणार होती. तशी जागा वरळी मैदान येथे उपलब्ध होती. 'नवयुग'मध्ये या सर्कशीची जाहिरात प्रसिद्ध झाली त्या वेळी यामध्ये म्हटलंय, 'मुंबईच्या अंतर्भागात जागा नसून वरळी मैदान येथे प्रयोग करण्यात येत आहे!' म्हणजे त्या वेळी वरळी ही गावाबाहेर, मोकळी जागा असेल अशी होती.

।। चित्रपट आणि चिवडा! ।।

व्ही. शांताराम यांचा 'शेजारी' हा चित्रपट जोरात चालला होता. त्या वेळी या प्रसिद्धीचा लाभ कोल्हापूरच्या छत्रे यांनी जाहिरात करताना कसा उठवला ते पाहा -

आमचा शेजारी काय म्हणतो, 'वारे लज्जत, ती खुमासदारी, तो खमंगपणा, वारे वा!'

वा! समारंभात, प्रवासात व संग्रही ठेवण्यालायक खास आहे बुवा!

खात्री करा - छत्रे यांचाच कोल्हापुरी संगीत सर्वोत्तम चिवडा!

एन. व्ही. वेलणकर, मांगलवाडी समोर, मुंबई - ४

।। गोलंदाजाची फलंदाजी ।।

मद्रास येथील क्रिकेट सामान्यात लेगस्पीनर वामनकुमारच्या ऐवजी मुंबईच्या बाळू गुप्तेला घेण्यात आले. त्याने पाकिस्तानच्या पहिल्या डावात तीस षटके टाकून ९७ धावा दिल्या परंतु; एकही बळी मिळविला नाही. गोलंदाज म्हणून निवड झालेला हा खेळाडू चंदू बोर्डेला फलंदाजीत साथ देत होता. भारताच्या पहिल्या डावात शेवटच्या नाबाद विकेटसाठी त्यांनी त्रेसष्ट धावांची भागीदारी केली. त्याच्या वैयक्तिक धावा झाल्या नाबाद सतरा. घेतला गोलंदाज म्हणून आणि गाजला फलंदाज म्हणून.

खुमासदार अत्रे । ११५

।। कुटुंब नियोजनाचे प्रथम पुरस्कर्ते ।।

अग्रगण्य बुद्धिवादी विचारवंत कै. रघुनाथराव कर्वे यांच्यावर लेख लिहिलाय शकुंतला परांजपे यांनी. श्री. रघुनाथरावांना वयाच्या केवळ दहाव्या वर्षी मातृवियोग झाला. घरातले वातावरण कडक शिस्तीचे होते. स्त्री शिक्षणाचा प्रचार करणारे धोंडो केशव कर्वे यांचे हे पुत्र. वडिलांनी तरुण विधवेशी पुनर्विवाह करून समाज सुधारणेस घरातून सुरुवात केली, पण समाजाने बहिष्कार टाकला. वडील मितभाषी होते. त्यांचे मन सतत समाज सुधारणेकडे असे. रघुनाथरावांचा स्वभाव संकोची होता. ते प्रसिद्धी पराङ्मुख होते. अबोल होते. लिखाण मात्र सतत करीत. ते मॅट्रिकला सर्वांमध्ये पहिले आले. त्यांना गणितात सर्वांत जास्त गुण मिळाले.

सेकंडरी कॉलेजात डिप्लोमाच्या खुल्या अध्यापन स्पर्धात त्यांना प्रथम पारितोषिक मिळाले. सरकारी नोकरी सांभाळत गणित घेऊन ते एम. ए. झाले. गणित या विषयाचे प्राध्यापक झाले. पॅरिस येथे १९२० मध्ये गणित विषयातील डिप्लोमा त्यांनी पूर्ण केला.

भारतातील लोकसंख्येची समस्या त्यांनी जाणली होती. त्यासाठी कुटुंब नियोजनाच्या कार्यास त्यांनी स्वत:ला वाहून घेतले होते. नोकरीचा राजीनामा दिला. लोकांनी आपल्या मुलांची अवहेलना करू नये म्हणून त्यांनी स्वत:वर कुटुंब नियोजन शस्त्रक्रिया करवून घेतली. अर्थार्जनासाठी शिकवण्या केल्या. जवाहिऱ्याकडे स्टेनो म्हणून काम केले.

गुप्तरोगाविषयीच्या ज्ञानाचा त्यांनी प्रचार केला. त्यासाठी ख्रिश्चन मिशनऱ्यांच्या विल्सन महाविद्यालयातील नोकरीचा त्यांनी राजीनामा दिला.

संतती नियमनाचे शास्त्रोक्त शिक्षण केंद्र त्यांनी सुरू केले. हे शिक्षण देण्यास वैद्यकीय पदवी नाही. या कारणाने ब्रिटिश सरकारने ते केंद्र बंद केले. त्यांची आर्थिक स्थिती खालावली होती.

त्यांनी जिद्दीने कुटुंब नियोजनाचे कार्य चालू ठेवले. सन १९२३ मध्ये त्यांनी मराठीत प्रथम संतती नियमनावर पुस्तक लिहिले. या पुस्तकाच्या बारा आवृत्त्या निघाल्या. याच विषयाला वाहिलेले 'समाजस्वास्थ्य' हे मासिक त्यांनी अतिशय कष्टाने व निष्ठेने चालविले. ते मासिक त्यांच्या मृत्यूपर्यंत सातत्याने पंचवीस वर्षे चालले होते. त्यांच्यावर अश्लील वाङ्मय म्हणून तीन वेळा खटले भरण्यात आले. एकदा दंडही झाला, पण त्यांनी कधी काम थांबविले नाही.

ते मृदू स्वभावाचे होते. त्यांना संगीत व बुद्धिबळाची आवड होती. नाटकात त्यांना रस होता. त्यांना फ्रेंच भाषा अवगत होती.

अशा थोर विभूतीचा सत्कार त्यांच्या वयाच्या सत्तराव्या वर्षी न्यायमूर्ती छगला यांच्या शुभहस्ते करण्यात आला. सन्मानपूर्वक थैली अर्पण करण्यात आली.

ज्यांच्यावर कोर्टात खटले चालविण्यात आले त्याच व्यक्तीचा सत्कार भारताच्या सरन्यायाधीशांच्या हस्ते करण्यात आला.

मराठी साहित्य संघ, मुंबई येथे ऑक्टोबर १९५३ मध्ये त्यांचे व्याख्यान चालू असतानाच त्यांच्या मेंदूत रक्तस्राव सुरू झाला. त्यातून ते बरे होऊ शकले नाहीत. समाजाच्या विरोधाला न जुमानता निंदा नालस्ती सहन करून निर्धाराने समाजकार्य करणाऱ्या या व्यक्तिमत्त्वाची प्राणज्योत मालवली.

कुटुंब नियोजनासारख्या विषयावर वाच्यताही करणे अवघड अशा १९४० सालच्या काळात पुढील जाहिरात 'नवयुग'मध्ये झळकली.

प्रो. र. धों. कर्वे, एम. ए. कृत

आधुनिक कामशास्त्र (सचित्र) बारावी आवृत्ती किं. रु.२॥ ट. ख. ६ आणे

वेश्या व्यवसाय किं. रु. २॥ ट. ख. ५ आणे

समाजस्वास्थ्य मासिकातील निवडक लेख भाग १ रु. २।, भाग २ रु.२

संततिनियमन (सचित्र) सहावी आवृत्ती किं. १२ आणे ट. ख. ४ आणे

गुप्त रोगापासून बचाव दुसरी आवृत्ती किं. १२ आणे ट. ख. ४ आणे

।। माधवाश्रमाचा वाढदिवस ।।

अनेक नामवंतांच्या सहवासाने पुनीत झालेल्या गिरगाव मुंबई येथील माधवाश्रमाचा ५३ वा वाढदिवस थाटाने साजरा झाल्याची बातमी साठ सालच्या 'नवयुग'मध्ये आहे. एखाद्या संस्थेने साहित्यिकाच्या निवासाची सोय करून साहित्य सेवेचे व्रत कसे जोपासले हे या बातमीवरून कळते. कै. तात्यासाहेब केळकरांचे 'कृष्णार्जुन युद्ध' व कै. काकासाहेब खाडीलकरांचे 'मानापमान' ही नाटके माधवाश्रमातच लिहिली गेली. वृत्तपत्रांचा जन्मही इथेच झाला. अशा माधवाश्रमाचे मालक परशुरामभाऊ महाजन यांनी पत्रकारांना या वाढदिवसाच्या निमित्ताने थाटाची मेजवानी दिली.

।। प्रतिभावंतांची पैदास ।।

सुप्रसिद्ध जीवशास्त्रज्ञ चार्लस डार्विन यांचा वैचारिक खळबळ माजविणारा 'ओरजिन ऑफ स्पेसीस' हा ग्रंथ १८५९ च्या नोव्हेंबर मध्ये प्रसिद्ध झाला. त्याची शंभरी साजरी करण्यासाठी नोव्हेंबर १९५९ मध्ये अमेरिकेतील शिकागो विद्यापीठात जगातले नामवंत असे सत्तेचाळीस जीवशास्त्रज्ञ जमले होते. तिथे नोबेल पारितोषिक

विजेते जीवशास्त्रज्ञ प्राध्यापक हर्मन जे मुलूट यांनी एक प्रबंध वाचला. त्यामध्ये त्यांनी म्हटले होते की, संशोधक शास्त्रज्ञ साहित्यकार, कलाकार यांचे प्रजनन कोशन (Reproductive Cell) जतन करून ठेवले पाहिजेत. त्याचा वापर करून अनेक आइनस्टाइन व शेक्सपिअर निर्माण करता येतील.

।। टपाल संस्थेची तीनशे वर्षे ।।

पॅरिसमध्ये १६५३ मध्ये व्हेलीज (Velayes) याने टपाल पाठविण्यासाठी तिकिटाचा वापर केला. राजे लोकांना निरोप पाठविण्यासाठी जासूदांचा उपयोग होई. ब्रिटनमध्ये जॉन राजाने प्रत्येक वीस मैलावर घोडेस्वार बदलण्याची योजना केली होती. एक दूत वीस मैलापर्यंत जाऊन दुसऱ्या दुतास खलिता देत असे. एक खलिता दुसऱ्यास देण्यावरून 'पोस्ट' हा शब्द आला. पूर्वी पोस्टामध्ये पाकिटे दिल्यावर त्याची पैसे भरून पावती घेत. हा पावती लिहिण्यातील अपव्यय टाळण्यासाठी तिकिटांचा वापर सुरू झाला. इंग्लंडमध्ये ६ मे, १८४० मध्ये तिकिटांचा वापर सुरू झाला. घोड्याच्या गाडीपासून पोस्टाची सेवा देण्यास सुरुवात झाली व त्याची प्रगती टेलिफोन सेवा देण्यापर्यंत झाली.

।। मुंबईतला पहिला बर्फ ।।

सुप्रसिद्ध लेखक न. र. फाटक यांची 'मुंबईचे मानकरी' ही 'नवयुग'मधील लेखमाला वाचकप्रिय ठरली. तत्कालीन मुंबईचे दर्शन घडविताना इतिहासाचाही मागोवा घेतला जाई.

मुंबईत बर्फ आला तो अमेरिकेच्या जहाजातून. तो काळ होता १८३५ चा. मुंबईतील श्रीमंत पारसी लोकांच्या मागणीवरून हा बर्फ भारतात येत होता. परदेशातून आलेला बर्फ टिकावा म्हणून घुमटाच्या आकाराचे कोठार केले होते. त्या कोठाराच्या तोंडाकडून लोखंडी शिडीवरून आत उतरत.

परदेशातून बर्फ येत असल्यामुळे तो महाग होता. त्या वेळी सुरुवातीस त्याचा भाव चार आणे पौंड असा होता. पुढे तो दोन आणे पौंडापर्यंत खाली उतरला. ही बर्फाची आयात बरीच वर्षे चालू होती. पंचवीस वर्षांनी ती थांबली. त्यामुळे मुंबईतील धनिक वर्गाला बर्फ मिळेनासा झाला. त्यावर तोडगा शोधण्यासाठी त्यांचे शिष्टमंडळ ब्रिटिश सरकारला भेटले. त्यानंतर मुंबईतच बर्फाचा कारखाना काढण्यात आला.

अल्पावधीतच बर्फापाठोपाठ सोडा लेमन आणि आइसक्रीमही सुरू झाले.

।। एका पाठोपाठ पाच लग्ने! ।।

काझी नावाचा एक माणूस होता. त्याचे शिक्षण जेमतेम मॅट्रिकपर्यंत झालेले. तो आपले नाव माधव मराठे असेही लावत असे. व्यापार व्यवसायात त्याला कर्ज झाले होते. स्वत: अविवाहित आहे असे भासवून तो नेहमी अविवाहित तरुणींना जाळ्यात ओढण्याचा प्रयत्न करी. त्याने एकूण पाच लग्ने केली होती. त्यातील चार बायका या पदवीधर होत्या. प्रत्येक लग्नाच्या वेळी त्याने दहा हजार रुपये हुंडा लाटला. जन्मानं मुसलमान असलेल्या या चाळीस वर्षाच्या माणसानं एकूण तीन ब्राह्मण मुलींशी विवाह केला. तो मूळचा खानदेशातील एरंडोल गावचा. धुळे येथे कोर्टात काही काळ कारकुनी केली. त्याची पहिली बायको मुसलमान होती.

दिल्ली येथे जाऊन तो महाराष्ट्र मंडळात राहिला. तिथे त्याने मधुकर बळवंत साने हे नाव परिधान केले. आपण डेप्युटी कलेक्टर, अॅन्टी करप्शन ब्रँच, गव्हर्नमेंट ऑफ इंडिया असल्याचे तो सांगे. या मुसलमानाने नाटक नीट वठावे म्हणून चक्क श्रावणी केली. खोलीमध्ये तो फ्रेम केलेले इंग्रजी सर्टिफिकेट लावी. पदवीधर पोशाखातील खास फोटोही त्याने लावला होता. ऑफिसचा पत्ता कोणी विचारल्यास तो गुप्त आहे असे सांगत असे. किर्लोस्कर मासिकात त्याने 'वधू पाहिजे' म्हणून जाहिरात दिली होती.

बार्शीच्या एका मुलीशी त्याचे लग्न ठरले. लग्न सरदार गृहात झाले. देवदेवक बसवायला त्याने एक जोडी पटवून आणली. त्या गृहस्थालाही त्याने नोकरी देतो सांगून पंधरा हजार रुपयाला फसविले. त्याच्या बायकोला या गृहस्थाच्या चमत्कारिक वागण्यामुळे वेड लागले. बार्शीमध्ये त्याने सासुरवाडीत भरपूर पाहुणचार झोडपला. त्याच्या मेव्हण्याचा मित्र सोपल नावाचा होता. त्यालाही नोकरी देतो सांगून पंधरा हजार रुपयांची टोपी घातली.

हैदराबाद इथे त्याने आपण ख्रिश्चन असल्याचा बहाणा केला. तिथे 'पीटर मनवासी' हे नाव धारण केले. तिथे एका ख्रिश्चन बाईशी लग्न केले. या काळात त्याने आणखी दोन ब्राह्मण मुलींशी विवाह केले. १९४८ ते १९५८ मध्ये ख्रिश्चन बाईला सहा मुले झाली. शिवाय दुसऱ्या बायकांनाही मुले झाली.

हैदराबादमध्ये असतानाच त्याने 'हैदराबादमधील पाकिस्तानी हेर' नावाचे पुस्तक लिहिले. लेखक म्हणून पी. मनवासी असे नाव असून, अर्पणपत्रिका सादर केलीय

श्री. शंकरराव किर्लोस्कर यांना. मुंबई उपनगरातील वाचनालयातील काम करणाऱ्या मुलींशी लग्न करण्यासाठी याच्या बाजूने एक वडील व थोड्या वेळाने याच्या भावाने बोलणी केली. या दोन व्यक्ती म्हणजे हा काझीच होता. इतके बेमालूम वेशांतर त्याने केले होते. त्या मुलीच्या घरच्यांनी घर विकून दहा हजार रुपये हुंडा दिला.

नागपुरातील एका एम.ए., बीटी मुलीशी या नराधमाने लग्न केले. याने त्या काळात कोलकत्याला एक बिऱ्हाड ठेवले होते. त्याचा संशय आल्याने कोलकत्याला रात्रभर त्याच्यावर पाळत ठेवून त्याला अटक करण्यात आली. तिथे आणखी एका फ्लॅटचा पत्ता सापडला. त्या फ्लॅटवर काही स्त्रियांशी केलेला प्रेमळ पत्रव्यवहार सापडला.

पहिल्या बायका जिवंत असताना एका पाठोपाठ पाच लग्ने करणारा हा काझी सराईत भामट्यांनाही तोंडात बोट घालायला लावेल! याच घटनेवर आधारित आचार्य यांनी लिहिलेले 'तो मी नव्हेच!' हे नाटक अतिशय गाजले.

साहित्य संमेलनाच्या निमित्ताने सातारा येथे १९६२ या दरम्यान या नाटकाचा दुसरा प्रयोग झाला. तेव्हा आचार्य अत्रे आणि अन्य नामवंत साहित्यिक या प्रयोगास उपस्थित होते. हा प्रयोग इतका रंगला की माहुली येथील राधेश्याम महाराजांच्या जयजयकाराच्या वेळी सारे नाट्यरसिक 'अनंतकोटीब्रह्मांडनायक राधेश्याम महाराज की जय' म्हणून ओरडत.

नाटकाच्या अखेरच्या भागात बचावाचे भाषण करण्यासाठी न्यायालयात लखोबा लोखंडे उभा राहतो. त्याच्या तोंडी आचार्य अत्रे यांनी सुरेख वाक्ये टाकली आहेत. तो म्हणतो, 'मला गंमत वाटते ती प्रौढ सुशिक्षित मुलींची. लग्नासाठी त्या एवढ्या हपापलेल्या असतात की, हुरळली मेंढी लागली लांडग्याच्या मागे, अशी त्यांची स्थिती आहे. साधे एक पातळ घ्यायचे तर दहा दुकाने पालथी घालतील, पण ज्याच्याशी लग्न लावायचे त्याची जात कोणती, धर्म कोणता, तो राहणारा कुठला, त्याचे मित्र कोण, खरोखरच शिकला आहे की नाही, तो सांगतो तेवढ्या पगाराची त्याला नोकरी आहे की नाही – यापैकी एकाही गोष्टीचा त्या विचार करतील तर शपथ!'

।। नोबेल पारितोषिक ।।

शांतता पुरस्कार जाहीर करणाऱ्या आल्फ्रेड नोबेल याने भयंकर अशा संहारक स्फोटकांचा शोध लावला होता. ही एक चमत्कृतीपूर्ण घटना होय.

आल्फ्रेड नोबेल याचा जन्म २१ ऑक्टोबर १८३४ मध्ये स्टॉकहोम येथे

१२० । खुमासदार अत्रे

झाला. त्याचे वडील इमॅन्युएल नोबेल हे एक नामांकित शास्त्रज्ञ व यंत्रज्ञ होते. त्यांना रासायनिक संशोधनाची हौस होती. विविध स्फोटक द्रव्यांचे प्रयोग करण्याचा त्यांना नाद होता. असाच एकदा प्रयोग करताना चुकून स्फोट झाला व इमारतीची तावदाने फुटली. त्यामुळे त्यांना स्टॉकहोम सोडून सेंट पीटसबर्गला जावे लागले. तिथे त्यांनी सुरुंग तयार केले. त्यांचे या विषयातील नैपुण्य पाहून त्यांचेकडे रशियाने काम सोपविले. त्यांनी एक कारखाना उभा केला. या वेळी आल्फ्रेडचे वय नऊ वर्षांचे होते. तो अशक्त व रोगट दिसत असे. त्याला पाठीच्या मणक्याचा विकार होता. त्यामुळे तो बऱ्याच वेळा बिछान्यात पडून राही. त्यालाही आपल्या पित्याप्रमाणेच स्फोटकाची आवड होती. त्याने वडिलांच्या कारखान्यात अनुभव घेतला. तो वयाच्या सोळाव्या वर्षी १८५० मध्ये अमेरिकेस गेला. तिथे शिक्षण घेतल्यावर तो पुन्हा वडिलांच्या व्यवसायाकडे वळला.

बंदुकीच्या दारूपेक्षा दसपटीने सामर्थ्यवान अशा स्फोटकाचा शोध इ. स. १८४६ मध्ये अल्वानिओ सोब्रेटो याने लावला होता. या शोधाचे महत्त्व इतर जणांना जरी पटले नव्हते तरी इमॅन्युएलला त्याची महती पटली होती. त्याने नायट्रोग्लिसरीन हे स्फोटक व्यापारी तत्त्वावर सुरू केले. या उत्पादनास रशियात प्रतिसाद मिळाला नाही. तो पुन्हा स्टॉकहोमला आला.

'नोबेल स्फोटक तेल' नावाचे नवे उत्पादन बाजारात आणले. खडक फोडणे, बोगदे खणणे इ. साठी याचा उपयोग होई. १८६२ मध्ये प्रचंड उत्पादन झाले होते; परंतु एक दिवस कारखान्यात प्रचंड स्फोट झाला. कारखाना उद्ध्वस्त झाला. आल्फ्रेडचा धाकटा भाऊ एमील ठार झाला. इमॅन्युएल कायमचे पंगू झाले.

आल्फ्रेड निराश झाला नाही. त्यांनी स्फोटकावर नियंत्रण ठेवणारा उपाय शोधून काढला. पुन्हा कारखाना उभारला. डायनामाइट नावाचे नवे उत्पादन निर्माण केले. त्याला 'डायनामाइटचा राजा' ही पदवी प्राप्त झाली. आता तो पॅरिसमध्ये राहू लागला होता. प्रयोग चालू असताना १८५७ मध्ये त्याच्या बोटाला जखम झाली. त्यानंतर त्याने पुन्हा एका जेलीचा शोध लावला. त्याला 'स्फोटक जिलेटीन' म्हणत. या शोधामुळे त्याला अफाट पैसा मिळाला.

तो एक विख्यात तंत्रज्ञ, रसायनशास्त्रज्ञ होता. तो नाटककारही होता. त्याला रशियन, फ्रेंच, जर्मन, इंग्रजी भाषा अवगत होत्या. वयाच्या त्रेसष्टाव्या वर्षी तो इटली येथे मरण पावला. तो अविवाहित होता. त्याच्या मृत्युपत्रामध्ये नऊ कोटी डॉलरची संपत्ती असल्याचा उल्लेख होता. या रकमेच्या व्याजातून विज्ञान, रसायन, वैद्यक, साहित्य, शांतता या पाच क्षेत्रात विशेष कामगिरी करणाऱ्या व्यक्तीस नोबेल पारितोषिक देण्याची योजना होती. दरवर्षी दहा डिसेंबर रोजी

खुमासदार अत्रे । १२१

स्टॉकहोम येथे बक्षीस समारंभ होतो. फक्त शांतता पुरस्कार नॉर्वेची राजधानी ऑस्लो येथे होतो.

क्ष-किरण संशोधक जर्मन शास्त्रज्ञ रॉन्टजेन यांना १९०१ मध्ये हा पुरस्कार प्राप्त झाला. गुरुदेव टागोर यांना त्यांच्या गीतांजली काव्याबद्दल १९१३ मध्ये हा पुरस्कार मिळाला. बर्नार्ड शॉ या लेखकास १९२५ मध्ये पुरस्कार जाहीर केलेला, त्याने सुरुवातीस नकार दिला. शेवटी त्याने होकार दिला. पुरस्कार मिळालेल्या वर्षात त्याने एकही पुस्तक लिहिले नव्हते. त्यावर तो म्हणाला, "पांढऱ्यावर काळे न केल्याबद्दलचा हा पुरस्कार आहे!" विशेष म्हणजे हायड्रोजन बॉंबच्या संशोधकालाही नोबेल पुरस्कार प्राप्त झाला. केवढा हा दैवदुर्विलास!!

।। साठ सालातील भ्रष्टाचार ।।

ज्या काळात रौप्यतुला करून जनतेला दान करणारे लोक होते, त्याच काळात भ्रष्टाचार करणारेही होते. हेच पुढील 'नवयुग'मधील बातमीवरून लक्षात येते.

'मॉडर्न रिव्ह्यू' या कोलकता येथील अंकात promises and fulfilment या मथळ्याखाली एक टिपण आले आहे.

मध्य प्रदेशातील एका खेड्यातील गौंड जमातीतील इसमास सरकारी विकास योजनेतून दीडशे रुपये मिळणार होते. ते मिळण्यास त्याला बरेच हेलपाटे तर घालावे लागलेच, पण बराच खर्चही करावा लागला. त्या खर्चाचा तपशील पाहिल्यास जागोजागी गरिबाला आणखी कसे लुबाडले जात होते, हेच लक्षात येते.

रुपये

५	परवान्यास दिले
१	अर्ज निवासास दिले
१०	बी.डी.ओ. कचेरीच्या मुनशीला दिले
१.५०	कॅशिअरला दिले
१.५०	पेईंग क्लार्कला दिले
२७.००	खेड्यावरून ऑफिसच्या गावाला अनेकदा खेपा घालण्याचा मोटारीचा खर्च व इतर खर्च

४६.००

सुमारे एक तृतीयांश पैसे हे विकास योजनेतून पैसे मिळण्याआधीच संपले.

।। ज्योतिष्यापुढे अत्रे ।।

अत्र्यांना गरिबांचा फार कळवळा होता. एकदा अत्रे यांच्याबरोबर रावसाहेब कळके हे प्रवास करीत होते. भुसावळ स्टेशनसमोर गाडी उभी करून ते जेवणासाठी रेल्वे कँटीनमध्ये गेले. तेवढ्यात भुसावळ शहरात आचार्य अत्रे आल्याची बातमी पसरली. जेवण झाल्यावर ते बाहेर आले तर शेकडो लोक रस्त्यावर उभे. अत्रे गाडीत बसणार तोच त्यांची नजर रस्त्याच्या कडेला झाडाखाली बसलेल्या ज्योतिष्याकडे गेली. आपल्या नावाची छोटी पाटी, कपाळावर गंधाचा टिळा असा तो ज्योतिषी एकटाच तिथे बसून होता. एकही गिऱ्हाईक त्याच्यासमोर नव्हते. त्याच्याकडे पाहून अत्रे मोटारीतून उतरले आणि तरातरा जाऊन त्या ज्योतिष्यासमोर रस्त्यावर मांडी घालून हात पुढे करून बसले. म्हणाले, 'भविष्य सांग.'

त्याने त्यांचे भविष्य सांगण्यास सुरुवात केली. 'अगदी बरोबर', 'अगदी बरोबर' असे मान डोलावून अत्रे त्याला प्रतिसाद देत होते. नंतर म्हणाले, "तू इतका चांगला ज्योतिषी आहेस तर झाडाखाली कशाला बसतोस? आमच्याबरोबर मुंबईला चल. हजारो रुपये मिळवशील!"

हा सर्व प्रकार बाजूचे शेकडो लोक पाहत होते. आचार्यांनी त्याला दहा रुपये दिले व ते गाडीत येऊन बसले.

तेवढ्यात त्या ज्योतिष्याकडे हात दाखविण्यासाठी लोकांची एकच झुंबड उडाली होती आणि त्याच्यासमोर पैशाचा पाऊस पडू लागला होता. श्री. कळके

यांनी अत्र्यांना विचारले, "अहो तुमचे भविष्य त्याने खरेच सांगितले का हो?"

"छ्या!" अत्रे उत्तरले, "अहो तो काय सांगणार! पण बराच उपाशी दिसला म्हणून बसलो त्याच्यासमोर. आता दोन महिन्यांची चिंता नाही त्याला!"

।। खाण्याच्या डब्यातून लेखन ।।

संयुक्त महाराष्ट्राची चळवळ जोरात चालली होती. मुंबई, बेळगाव, कारवार, निपाणीसह संयुक्त महाराष्ट्र झालाच पाहिजे, ही घोषणा होती. ऑक्टोबर १९५५ पासून आंदोलनाने वेग घेतला होता. गोळीबारात १०५ हुतात्मे धारातीर्थी पडले. फ्लोरा फाउंटन, मुंबई हे ठिकाणच या कारणाने धारातीर्थ म्हणून ओळखले जाऊ लागले. 'नवयुग' या आंदोलनापासून राजकारणाकडे वळले, 'जनतेचा कसाई मोरारजी देसाई' या लेखाचा समावेश असलेल्या 'नवयुग' अंकाच्या एक लाख प्रती हातोहात खपल्या, 'अत्रे उवाच' ने तर जनतेला वेड लावले होते. संयुक्त महाराष्ट्र चळवळीत पहिल्या पानावर कविता देण्याची प्रथा 'नवयुग'नं पाडली. नारायण सुर्वेंची कविता पहिल्या पानावर येई.

जानेवारी १९५६ मध्ये अत्रे स्थानबद्ध झाले. ते एप्रिलमध्ये सुटले. या काळात त्यांच्या कन्या शिरीष पै यांनी नेटाने 'नवयुग' चालविला. त्या अत्र्यांना म्हणजेच पप्पांना जेवणाचा डबा तुरुंगात नेऊन देत. अत्रे तुरुंगात लिखाण करीत व डब्यातून गुप्तपणे ते बाहेर पाठवित. वाचकांना अत्र्यांच्या भाषेत लिहू शकणारा हा लेखक कोण, असा प्रश्न पडला होता. तर चाणाक्ष वाचक हे अत्रे यांचेच लिखाण आहे, असे छातीठोकपणे सांगत होते. शिरीष पै यांनी ज्या कार्यकुशलतेने 'नवयुग' चालविला ते पाहून अत्र्यांनी त्यांना 'नवयुग'चे कार्यकारी संपादक म्हणून नेमले. १८५७ च्या स्वातंत्र्यलढ्याची शताब्दी साजरी करण्यासाठी 'नवयुग'ने खास विशेषांक काढला. भगवान गौतम बुद्धांच्या कार्याला २५०० वर्षे झाली, त्या निमित्ताने विशेषांक निघाला. या अंकाची जबाबदारी शिरीष पै यांनी उचलली होती.

१२४ । खुमासदार अत्रे

।। स्वर्गात विनोद ।।

आचार्य अत्रे हे सैरभैर, मुक्त वक्तव्य करणारे अफाट व्यक्तिमत्त्व होते. 'आहे मी असा' अशा धिटाईने ते वागत असत. साहित्यातील संभाजी, असे अत्र्यांचे वर्णन केले गेले आहे. गुरुस्थानी असलेल्या व्यक्तीवर अन्य कोणी केलेली टीका अत्र्यांना सहन होत नसे. समर्थ रामदासांवर त्यांची भक्ती होती. रामदासांची योग्यता महाराष्ट्रातल्या लोकांना हवी तितकी कळली नाही, असे ते म्हणत. रामदास हे औरंगजेबाचे गुप्तहेर असल्याचे एकदा प्राध्यापक देशमुखांनी म्हटले होते. त्याचा समाचार अत्र्यांनी घेतला. स्वत:च्या मुलांवर विश्वास न ठेवणारा औरंगजेब हा एका हिंदू संन्यासावर विश्वास ठेवेल, यावर औरंगजेबसुद्धा विश्वास ठेवणार नाही. असे त्या वेळी अत्रे म्हणाले.

शिक्षणासाठी अत्रे यांचे विचार आजही अभ्यासावेत असे आहेत. शिक्षण दिले असे कसे म्हणता येईल, अशी त्यांची नेहमी विचारणा असे. शिक्षण आम्ही दिले, पण घेतले कोणी हे जोवर समजत नाही, तोपर्यंत ते दिले कसे म्हणता येईल? भाषेवर त्यांचे प्रभुत्व होते. संस्कृतप्रचुर मराठी बोलणे सोपे. पण सोपे बोलणे अवघड. भाषा प्रभुत्वापेक्षा भाषा प्रसन्न असावी असे त्यांचे मत होते.

अत्रे यांचा जीवनव्यवसाय कोणता होता, यापेक्षा व्यवसाय हेच त्यांचे जीवन बनले होते. ज्यात ते डोकावत गेले तो तो व्यवसाय त्यांनी केला. त्या त्या क्षेत्रात ते यशस्वी झाले. हशांचा गडगडाट व टाळ्यांचा कडकडाट यामध्ये त्यांच्या हृदयातील तारुण्य लक्षात येते. कवीच्या दृष्टिकोनातून ते जगाकडे पाहायचे. त्यांचा 'गीतगंगा' हा काव्यसंग्रह होता.

प्रखर पत्रकार म्हणून अत्रे ओळखले जात. अन्याय व बलात्काराचे भुजंग अंधारात फुत्कार टाकतात. फणा उभारलेल्या भुजंगावर प्रहार करण्याशी शक्ती पत्रकार देऊ शकतो. ही शक्ती पत्रकार आचार्य अत्रे यांच्याकडे होती. संपादकाच्या हातातली लेखणी ही सैनिकाच्या हातातील तलवार होय. कसायाच्या हातातील कोयता नव्हे.

अत्रे मनाने निर्मळ होते. पूजन आणि भजन यांचा अनोखा मिलाफ त्यांच्यामध्ये झाला होता. त्यांच्या प्रतिभेला वादळाचे पंख होते. त्यांचे व्याख्यान हे झपाटून टाकणारे होते.

दि. १३ जून १९६९ रोजी आचार्य अत्रे यांचे दु:खद निधन झाले. ते गेल्यावर दोन-चार दिवसांत ढगांचा प्रचंड गडगडाट होऊन जोरदार वृष्टी झाली. स्वर्गात

जाऊन आचार्यांनी जे विनोदावर विनोद सांगितले असतील त्याच्याच परिणामी वीज टाळ्यांचा कडकडाट आणि हास्य रसाची पर्जन्य कारंजी पृथ्वीतलावर अवतरली असतील.

हास्यांची कारंजी फुलविणारे आचार्य अत्रे हास्यनगरचे सम्राटच होते!

***

गोष्टींचं एटीएम

प्रा. श्याम भुर्के

'खुमासदार अत्रे'
ज्यांच्या ज्यांच्या हाती जाईल
ते ते वाचक 'खुमासदार' नवयुगची मेजवानी
तर आस्वादतीलच, तसेच साक्षात
आचार्य अत्र्यांच्या
उत्साहवर्धक आणि प्रसन्नतेने
बहरलेल्या सहवासाचा आनंद ते लुटतील.
एखाद्या विस्तृत बहारदार उपवनातून
मधमाशीने हिंडून हिंडून
मध गोळा करावा, तसे
'नवयुग'चे असंख्य अंक
बारकाईने वाचून त्यातून
श्याम भुर्के यांनी
हा मधुसंचय केला आहे.

शिरीष पै

पुल एक आनंदयात्रा

श्याम भुर्के

प्रा. श्याम भुर्के

पु.लं.नी हयातभर आनंदाची बरसात केली. ही बरसात करताना जे धन, मानधन मिळाले ते समाजकार्यास देऊन दु:खितांच्या जीवनात आनंद निर्माण केला. आपल्या ट्रस्टद्वारे समाजातील दु:खे दूर करण्याची कायमस्वरूपी व्यवस्था केली. असे त्रिकालाबाधित आनंदयात्री म्हणजे आपले लाडके 'पु.लं'. पु.ल. या आनंदयात्रीचं गुणगान यथोचित शब्दांत कविवर्य मंगेश पाडगावकरांनी केलंय-

पु.ल. स्पर्श होताच दु:खे पळाली ।
नवा सूर आनंदयात्रा मिळाली ॥
निराशेतुनी माणसे मुक्त झाली ।
जगू लागली हास्यगंगेत न्हाली! ॥

www.ingramcontent.com/pod-product-compliance
Lightning Source LLC
LaVergne TN
LVHW090000230825
819400LV00031B/456
* 9 7 8 9 3 8 6 7 4 5 1 8 7 *